பெயர்: திருமதி. அஸ்வினி சௌந்தர்யா

பிறந்த தேதி: 05.03.96

கல்வி தகுதி: M.Sc Maths (gold medalist), B.Ed, PGDCA,

வயது: 29

முன் அனுபவம்: 2018 – 2021 வரை கணித ஆசிரியராக பாரதி மெட்ரிக் மேல்நிலை பள்ளியில் பணியாற்றியுள்ளேன். 2022 ஆம் ஆண்டிலிருந்து இல்லறம் செய்து வருகிறேன். 2025 ஆம் ஆண்டு, ஜனவரி 8 ஆம் தேதி, என்னுடைய முதல் படைப்பான "அவனோடு அவளும் புன்னகைத்தாள்", என்ற புத்தகத்தை எழிலினி பதிப்பகத்தின் தோழமையோடு 48 ஆவது புத்தக கண்காட்சியில் வெளியிட்டுள்ளேன்.

மேலும் கதை மற்றும் நாவல்கள் எழுதுவதில் ஆர்வம் கொண்டு, அதற்கான பணிகளையும் செய்து வருகிறேன்.

அவன் அருளாலே அவன் தாள்

வணங்கி...

கதை சுருக்கம்

என் கனவுகளை நிஜமாக்க போராடுவது தான் என்னுடைய லட்சியம் என்பது மட்டுமே வாழ்க்கை அல்ல. பிறருடைய கனவுகளை நிஜமாக்க அவர்களோடு உற்ற துணையாக இருப்பதும் என்னுடைய வாழ்க்கை இலட்சியத்தில் ஒரு அங்கம்தான்.

நான்கு தோழிகள், ஃபார்மலாக சுடிதார் அணிந்து கல்லூரிக்கு சென்று வந்த பெண்கள் அவர்கள். கல்லூரி படிப்பு முடிந்து நால்வரும் நான்கு திக்குகளுக்கு சென்றனர். வேலை, கல்யாணம், குழந்தை, வாழ்க்கை என பல அனுபவங்களை கற்றுக் கொண்டும், சுமந்து கொண்டும் இருந்தனர். காலத்தின் கோலத்தால் வெவ்வேறு குடும்ப சூழலில் வாழ்ந்த போதும், அவர்கள் நால்வருமே மனதளவில் ஒற்றுமை கொண்டு ஒரு செயலை 12 ஆண்டுகளாக செய்து வந்தனர். அந்த செயலின் வெற்றியைக் காண அவர்கள் தற்போது பயணம் மேற்கொள்கிறார்கள். அவர்கள் என்ன செய்தார்கள்? எங்கே செல்கிறார்கள்? என்ன வெற்றியை

அடைந்தார்கள்? என்பதே, "நதி எங்கே போகிறது?"

சமர்ப்பணம்

நதிகளுக்கும் பெண்களுக்கும் பல ஒற்றுமைகள் உண்டு என பலர் கூறியுள்ளனர். நான் கண்டு வியந்த பெண்களும் நதிகளுக்கு ஒப்பானவர்கள் தான் என்று உணர்ந்த போது தான் அவர்களின் கருத்தில் உண்மை இருப்பதை அறிந்தேன்.

நான் கண்ட பெண்கள் தந்தை கண்ட இளவரசிகள் மட்டும் அல்ல, தாய் ஈன்ற போராளிகள். வாள் எடுத்துக் கொண்டு போருக்கு செல்வோர் மட்டுமே வீரர்கள் அல்ல. தன் சுயமரியாதையை இழக்காமல் குடும்ப கௌரவத்தை காத்து வேலைக்கு செல்பவளும் போராளிதான், வீட்டிலே குடும்பத்தை பேணி காப்பவளும் போராளிதான். அவளைக் காத்து தோழமையோடு பழகும் ஆண்களிடம் என்றுமே தலை வணங்கி செல்வாள்.

நான் கண்டு வியந்த என் சிங்க பெண்மணிகளுக்கு இந்த கதையை சமர்ப்பிக்கிறேன்.

நதி எங்கே போகிறது?

1

சிறுதுளி பெருவெள்ளம், சிறுசேமிப்பும் வாழ்க்கையின் பெரும் தேவைக்கு உதவியாக இருக்கும். நதிகள் இணைந்து ஒரு சமுத்திரத்தையே உருவாக்கி விடுகிறது. நீர் எவ்வளவு முக்கியம் என்பதை தாகத்தின் போதே உணர்வோம். நீரின்றி அமையாது உலகு, என்ற சொற்களும் நாம் அறிந்தவையே. நீர்நிலைகள் சேர்ந்து நதியை உருவாக்கி அவை சமுத்திரத்தை சென்றடையும் போது அந்த காட்சி கண்களுக்கு விருந்தாக அமையும். அவ்வாறான ஒரு நிகழ்வு நமக்காக காத்திருக்கிறது.

நர்மதா

அன்று காலை 5:30 மணிக்கு அலாரம் அடிக்கும் முன் எழுந்து தன் அருகே அப்பாவியாக உறங்கிக் கொண்டிருந்த கணவனுக்கும் குழந்தைக்கும் முத்தமிட்டு சமையல் அறைக்குள் நுழைந்தாள். அன்றைய தினத்திற்கான காலை மற்றும் மதிய உணவுகளை 7:00 மணிக்குள் சமைத்து

விட்டு டிகாஷன் தயார் செய்தாள். காபி தான் நிறைய பேருக்கு உடலினை கிளப்பும் பெட்ரோல் போன்றது. அதுவே நம்மை அன்றைய நாளுக்கு தயார் செய்கிறது.

சூடான காப்பியை எடுத்துக்கொண்டு பால்கனிக்கு சென்றாள். மாமா பால்கனியில் அமர்ந்து பேப்பர் படிப்பது வழக்கம்.

"குட் மார்னிங் மாமா", என்று புத்துணர்ச்சியோடு காப்பியை மாமாவிடம் கொடுத்தாள்.

"குட் மார்னிங்", என்று புன்னகையோடு காப்பியை வாங்கி பருகினார் மாமா.

பின்னே இருந்து, "குட் மார்னிங்", என்ற சத்தம் கேட்டது. அது ரகுவின் குரல் தான் என்று யூகித்த நர்மதா, "குட் மார்னிங், ரகு. எழுந்துட்டீங்களா?", என்று கேட்டுக் கொண்டே அவனை கட்டி அணைத்துக் கொண்டாள். இருவரும் சேர்ந்து சமையலறைக்குள் நுழைந்தனர்.

"வாவ், குழம்பு நல்லா வாசமா இருக்குப்பா, டேஸ்டும் சூப்பரா

இருக்கு", என்று சொன்ன தன் கணவனை பார்த்து ஆசையாக புன்னகைத்தாள்.

"கோஸ் பொரியல் சூப்பர் மா," என்றவனின் வார்த்தைகளை கேட்ட நர்மதாவுக்கு ஒரே சந்தோஷம்.

நாம் யாருக்காக ஆசை ஆசையாய் சமைக்கிறோமோ அவர்களிடம் இருந்து அதற்கு ஒரு பாராட்டு கிடைக்கும் போது அதைவிட வேறு ஏதும் சந்தோஷம் நமக்கு உள்ளதா?

ரகு தனக்கும் தன் ஆசை மனைவி நர்மதாவுக்கும் காபி கலந்து இருவரும் சிரித்து பேசிக்கொண்டே சமையலறையிலேயே நின்று அதை பருகினர். பிறகு இருவரும் தங்கள் அறைக்கு சென்று குழந்தை யதுவை எழுப்பி அவளை குளிக்க செய்து உடைமாற்றி உணவு உண்ணும் அறைக்கு அழைத்து வந்தனர்.

யதுவும் தன் பாட்டியிடம் சென்று தலைவாரி பொட்டு வைத்துக் கொண்டாள். பின் நர்மதா காலை உணவினை ரகுவுக்கும் மாமாவுக்கும்

பரிமாறிவிட்டு, யதுவுக்கு ஊட்டி விட்டாள். மூவரும் உணவருந்திய பின் ரகுவும் யதுவும் கிளம்ப தயாரானார்கள். அவர்களை கீழே சென்று வழி அனுப்பி வைத்துவிட்டு படிகள் வழியே தன்னுடைய அப்பார்ட்மெண்டுக்குள் நுழைந்தாள் நர்மதா.

அன்றைய தினம் அத்தையும் மாமாவும் ஊருக்கு திரும்பி செல்கிறார்கள். அவர்களுக்கு தேவையானவைகளை செய்துவிட்டு அத்தை உடன் அமர்ந்து காலை உணவினை சாப்பிட்டு முடித்தாள். பிறகு அத்தையும் மாமாவும் கிளம்ப தயாரானார்கள்.

"சரிமா, நாங்க போயிட்டு வர்றோம், நீ, குழந்தை, ரகு மூணு பேரும் பத்திரமா இருங்க. ஏதாவதுனா ∴போன் பண்ணுமா," என்று மாமா அக்கறையுடன் கூறினார்.

"நீயும் உன் உடம்ப பாத்துக்கோ, நீ நல்லா இருந்தா தான் அவங்க ரெண்டு பேரையும் பார்த்துக்க முடியும். குடும்பமும் சந்தோஷமா இருக்கும். தைரியமா இருமா. அம்மா

அப்பாவையும் கேட்டதா சொல்லிடு", என்றார் அத்தை.

"சரிங்க அத்தை", "சரிங்க மாமா," என்று சந்தோஷமாக மரியாதையுடன் கூறினாள்.

"ரகு சொன்னாம்மா, நாளைக்கு ஒரு முக்கியமான விஷயமா நீ வெளியே போறேன்ன. ரொம்ப சந்தோஷமா, உங்க எல்லாரோட உழைப்புக்கும் பலன் கிடைச்சிருக்கு. வாழ்த்துக்கள் மா", என்று அத்தையும் மாமாவும் நர்மதாவிடம் வாழ்த்து தெரிவித்து விட்டு கிளம்பி சென்றனர்.

தன் அம்மாவுக்கு ஃபோன் செய்து சிறிது நேரம் பேசிக் கொண்டிருந்தாள். பின் ஃபோனை ஸ்பீக்கரில் வைத்துவிட்டு பேசிக்கொண்டே சமையலறையில் செய்ய வேண்டிய மேல் வேலைகளை செய்து முடித்தாள்.

"கேக்குறதுக்கே எவ்வளவு சந்தோஷமா இருக்கு தெரியுமா? நீங்க எல்லாரும் சேர்ந்து சாதிச்சுட்டீங்க," என்று அம்மா மிகுந்த பூரிப்புடன் பேசினாள்.

"எங்க நாலு பேருக்குமே கனவு மாதிரி இருக்குமா. நாங்களே ஜெயிச்ச மாதிரி இருக்கு", என்று மிகுந்த பெருமையுடன் நர்மதா தன் அம்மாவிடம் பேசிக் கொண்டிருந்தாள்.

எல்லா வேலைகளையும் முடித்துவிட்டு பால்கனியில் வந்து சிறிது நேரம் அமர்ந்தாள். அவர்கள் இருந்தது ஒரு அடுக்குமாடி குடியிருப்பு. இவர்களது வீடு இரண்டாவது மாடியில் இருந்தது. சிறிது நேரம் அங்கே அமர்ந்து மேகக் கூட்டங்களை ரசித்துக் கொண்டிருந்தாள். மனதில் ஏதேதோ எண்ணங்கள், நினைவுகள் தோன்றி மறைந்தன. அங்கே பால்கனியில் எழுந்து நின்று கம்பிகள் மேலே கையை வைத்து சாய்ந்து நின்று கீழே ஒரு குழந்தை விளையாடுவதை பார்த்துக் கொண்டிருந்தாள்.

அவன் கூடைப்பந்து விளையாடிக் கொண்டிருந்தான். அவனால் பந்தை சரியாக கூடையில் போட முடியவில்லை. மீண்டும் மீண்டும் முயற்சி செய்து சோர்ந்து போகிறான். அப்போது திடீரென்று யாரோ அவனை தூக்கிப் பிடிக்க அவன்

அந்த பந்தை கூடையிலே சரியாக விழும் படி வீசுகிறான். பந்து சரியாக கூடையில் விழுந்தது. அதை வீசி அடித்த சிறுவனுக்கு எத்தனை சந்தோஷமோ அத்தனை சந்தோஷம் அந்த சிறுவன் பந்தை எறிய அவனை தூக்கிவிட்ட மனிதருக்கும் இருந்தது. அந்த சிறுவன் அவன் சந்தோஷத்தையும் நன்றியையும் அந்த மனிதருக்கு வெளிப்படுத்த அவரை கட்டிப்பிடித்து முத்தம் கொடுக்கிறான். அந்த முத்தத்தை வாங்கிக் கொண்ட அந்த மனிதர் அந்த சிறுவனை கட்டியணைத்து முத்தம் கொடுத்துவிட்டு அவ்விடம் விட்டு செல்கிறார்.

யார் என்று கூட தெரியாமல் நாம் செய்யும் ஒரு சிறு உதவி அந்த சிறுவனுக்கு எத்தனை ஆனந்தத்தை கொடுத்திருந்தது. அந்த சிறுவனுக்கு மட்டுமா அந்த உதவியை செய்தவருக்கும் தானே.

இந்த காட்சியை கண்டவளுக்கு மனதிற்கு சந்தோசமாக இருந்தது. மிகவும் சந்தோஷமாக தன் அறைக்கு வந்து இரண்டு நாட்களுக்கு

தனக்கு தேவையான துணிகளை எடுத்து பெட்டியில் வைத்து நாளைய பயணத்துக்காக தயாரானாள் நர்மதா.

மாலை ரகுவும் யதுவும் வந்தவுடன் மூவரும் சேர்ந்து சிறிது நேரம் தங்கள் நாளில் நடந்த சுவாரசியமான நிகழ்வுகளை கலந்து பேசி சிரித்துவிட்டு சிறிது நேரம் யது உடன் விளையாடினர்.

ரகு ஒரு ஐடி ஊழியர், நல்ல படிப்பு, திறமை, நல்ல வேலை என தாய் தந்தை பார்த்து இரு வீட்டார் சம்மதத்துடன் நர்மதாவின் கரம் பற்றினான். திருமணம் ஆன நாள் முதல் இன்று வரையில் அவன் நர்மதாவை நடத்தும் விதம் அவ்வளவு அழகு. நர்மதாவை காதலிப்பதும் அவள் செய்யும் சிறு வேலைகளுக்கு அவளை பாராட்டுவதும் அவளுடைய கனவுகளுக்கு உற்றத் துணையாக இருப்பதும் அவளை யாரிடமும் விட்டுக் கொடுக்காமல் குடும்பம் நடத்தும் அழகு, சொல்ல வார்த்தைகளே இல்லை.

நர்மதாவும் அவ்வாறே நல்ல படிப்பும் திறமையும் இருந்தும் வீடு

குழந்தை என வரும்போது அதற்கே முதலிடம் கொடுத்து ரகுவுக்காக தன் வேலையையும் விட்டுவிட்டு அவனுடன் சேர்ந்து அழகான குடும்பம் நடத்துகிறாள்.

இவர்களுடைய நான்கு வயது குழந்தை யதுவை, "அம்மா நாளைக்கு நீ ஜாலியா போயிட்டு சண்டே வந்துடு. நானும் அப்பாவும் உனக்காக சென்னை ஏர்போர்ட்டில் வெயிட் பண்ணுவோம்," என்று சந்தோஷமாக கூறினாள்.

திருமணமான நாளிலிருந்து இன்று வரை கணவனையும் குழந்தையையும் பிரிந்து எங்கேயும் தனியாக சென்றதில்லை. நாளைய பயணம் எவ்வாறு இருக்கப் போகிறது என்ற குழப்பம் ஒரு புறம், அதே சமயத்தில் தாம் அனைவரும் இணைந்து அடைந்த வெற்றியை நினைக்கும் போது மனதிற்கு மிகுந்த ஆனந்தமாக இருந்தது.

இரவு யதுவை உறங்க வைத்துவிட்டு ரகுவும் நர்மதாவும் சிறிது நேரம் பேசிக் கொண்டிருந்தனர்.

"நாளைக்கு காலைல 7:00 மணிக்கு ∴ப்ளைட். நீ வீட்ல இருந்து 4:45 மணிக்கு கிளம்புனா சரியா இருக்கும். நான் கேப்புக் பண்ணிடுறேன். செக்கின் ப்ரொசீஜர் எல்லாம் சொன்னேனே ஞாபகம் இருக்கா?"

"ஞாபகம் இருக்கு. நீங்களும் வந்திருக்கலாம்னு தோணுது", என்றாள்.

"இது நீங்க எல்லாரும் சேர்ந்து அடஞ்ச வெற்றி. இத நீங்கதான் அனுபவிக்கணும்", என்றான்.

"ஏன் அப்படி சொல்றீங்க? நீங்க இல்லன்னா இந்த வெற்றி சாத்தியமா? நீங்களும் தானே இந்த வெற்றிக்கு காரணம்", என்றாள்.

"இல்லவே இல்ல, நான் உனக்கு உறுதுணையா இருந்தேன். அவ்வளவுதான். உன்னோட சந்தோசத்துல நான் நிச்சயம் பங்கு எடுத்துக்குவேன். ஞாயிற்றுக்கிழமை மதியம், நான் உன்னோட சந்தோஷத்தை நேரில பார்ப்பேன்," என்று கூறி அவளை கட்டி அணைத்து அவளுடைய நெற்றியில் முத்தமிட்டான்.

"ரொம்ப தேங்க்ஸ்ங்க," என்று கண் கலங்கியவளை அழைத்து வந்து கட்டிலில் அமர செய்து, அவள் கால்களை நீட்டி அவன் மடிமேல் வைத்துக் கொண்டு, அவள் கால் விரல்களுக்கு நெட்டை எடுத்தான்.

சந்தோஷம் பொங்க தன் கணவனை பார்த்து ரசித்தவள் அவனுக்கு முத்தம் கொடுத்தாள். யது நடுவில் தூங்க, நர்மதாவும் ரகுவும் இருபுறமும் படுத்து உறங்கினர்.

அதிகாலை 4 மணிக்கு எழுந்தவள், தன்னுடைய பயணத்துக்கு தயாரானாள். யது நிம்மதியாக உறங்கி கொண்டிருந்தாள். அவள் கன்னத்தில் முத்தமிட்டு, "அம்மா போயிட்டு வரேன் செல்லம்," என்று அவள் காதில் நிதானமாக கூறினாள். ஏதோ புரிந்து கொண்ட யது, "அம்மா," என்ற முனங்கியப்படியே திரும்பி படுத்தாள். குழந்தையை விட்டு செல்கிறோமே என்று கண் கலங்கியவளை சமாதானம் செய்து வெளியே அழைத்து வந்தான் ரகு.

"பணம் எல்லாம் எடுத்திருக்கேல்ல? டெபிட் கார்டு எடுத்துக்கிட்டியா? ஆதார் கார்டு, டிக்கெட் எல்லாமே ஹேண்ட் பேக்ல வச்சுக்கோ. தேவைன்னா ஜிபே யூஸ் பண்ணிக்கோ, ஒன்னும் தயங்காதே," என்று கூறியவனை பெருமையோடு ஏறிட்டாள்.

அவனை கட்டியணைத்து அவனிடமிருந்து விடை பெற்று வந்து, அவன் புக் செய்து இருந்த கேபில் ஏறினாள். ஜன்னலை திறந்து மேலே தன் வீட்டை பார்த்தவளுக்கு ஒரு இன்ப அதிர்ச்சி. ரகுவும் யதுவும் மேலே பால்கனியில் நின்றபடி நர்மதாவுக்கு கைவைசைத்தனர்.

சில மாதங்களுக்கு முன்பு வரை நர்மதாவும் யதுவும் இதேபோல பால்கனியில் நின்று ரகுவுக்கு கை அசைத்ததை நினைத்துப் பார்த்தவள் கண்களில் ஆனந்த கண்ணீரோடு ரகுவிற்கும் யதுவுக்கும் கைசைத்தாள். கார் கிளம்பி அவர்களது அப்பார்ட்மெண்ட் கேட்டை தாண்டி சென்றது. நர்மதாவின் பயணம் தொடங்கியது.

2

காரில் பயணம் செய்து கொண்டிருந்தவள் யார் காரை ஓட்டுகிறார் என்று கவனிக்கவில்லை.

"நல்லா இருக்கியா மா?" என்ற கார் ஓட்டுனரின் குரலை கேட்டவள்,

சிறிது நேரம் பொறுத்து, "நல்லா இருக்கேன். நீங்க? " என்று தடுமாறியபடியே பேசினாள்.

"நான்தான்ம்மா" என்று கூறியபடியே தலையில் இருந்த தொப்பியை கழட்டிவிட்டு திரும்பி தன் முகத்தை நர்மதாவிடம் காண்பித்தார்.

"செந்தில் அண்ணா, நல்லா இருக்கீங்களா", என்று மிகவும் சந்தோஷமாக கேட்டாள்.

"நல்லா இருக்கேம்மா"

"இப்ப காலேஜ் பஸ் ஓடுறது இல்லையா அண்ணா"

"இல்லம்மா, உடம்பு எடம் கொடுக்குறதில்ல. அதான் விஆர்எஸ் வாங்கிட்டு அந்த பணத்தில் முதல் பொண்ணுக்கு கல்யாணம்

பண்ணிட்டேன். மீதி பணத்துல கார் வாங்கி இந்த ஓலாவோட லிங்க் பண்ணிட்டேன். நல்ல வருமானம் வருது. போதுமா இன்னொரு பொண்ணையும் கரை சேர்த்துட்டா போதும். நிம்மதி ஆயிடுவேன்" என்று கூறியவரை பார்த்து,

"எல்லாம் நல்லபடியா நடக்கும் கவலையே படாதீங்கனா" என்று ஆறுதலாக கூறினாள்.

"எப்படிம்மா இருக்காங்க நம்ம பிரெண்ட்ஸ் எல்லாம்"

"எல்லாரும் ஒவ்வொரு ஊர்ல செட்டில் ஆயிட்டாங்கன்னா. யாரையும் பார்த்து பேசி ரொம்ப நாள் ஆயிடுச்சு"

"பொண்ணுங்களோட வாழ்க்கையே அப்படித்தான்ம்மா. நாம ஆரம்பத்துல பழகுறவங்க கல்யாணத்துக்கு அப்புறமும் நம்ம கூட தொடர்புல இருக்குறது கஷ்டம் தான்"

"இப்பதான் ஒரு சந்தர்ப்பம் கிடைச்சிருக்கு. அதுக்கு தான் போயிட்டு இருக்கேன்" என்று தான் மேற்கொள்ளவிருக்கும் பயணத்தை

பற்றி செந்தில் அண்ணாவிடம் கூறினாள்.

"என்னம்மா சொல்றீங்க? கேக்குறதுக்கே புல்லரிக்குதுமா. நீங்க நாலு பேரும் தங்கமா. நீங்க எல்லாரும் நல்லா இருப்பீங்கம்மா" என்று கூறியவர் கண் கலங்கினார்.

"நான் இப்போ இந்த கேப நிம்மதியா ஓட்டிட்டு இருக்கேன்னா, அதுக்கும் நீதாமா காரணம்" என்றார்.

"ஏன்னா இப்படி எல்லாம் சொல்றீங்க? அமைதியா இருங்க. எமோஷனல் ஆகாதீங்க" என்று கூறினாள்.

இருவருமே அமைதியாக பயணம் செய்தனர்.

3

சுமார் பத்து ஆண்டுகளுக்கு முன்பு நர்மதா கல்லூரி மேல் படிப்பை மேற்கொண்டு இருந்தாள். கோவையில் இடையர்பாளையத்தில் தொடங்கி நீலாம்பூரில் உள்ள தனது கல்லூரிக்கு கல்லூரி பேருந்தில் பயணம் செய்வது அவளின் வழக்கம். அந்த கல்லூரி பேருந்து ஓட்டுநர், செந்தில் அண்ணா. அவருடன் அவளுக்கும் சக தோழிகளுக்கும் நல்ல பழக்கம்.

செந்தில் அண்ணா அவர் தொழிலை தெய்வமாக மதிப்பவர். தினமும் காலை இடையர்பாளையத்தில் தனது பயணத்தை தொடங்கும் முன் பேருந்து முழுவதும் ஊதுவத்தி காண்பித்து டயர்களுக்கு அடியில் எலுமிச்சை பழங்களை வைத்து பேருந்தின் ரியர் வியூ மிரர்க்கு மலர் வைத்து காலணிகளை கழட்டி வைத்துவிட்டு தான் பேருந்தை இயக்குவார்.

பேருந்துக்கு கல்லூரி மாணவர்கள் மலர்கள் கொடுத்தாலும் அதை மனமுவந்து வாங்கி அவர்

வைத்திருக்கும் சிறிய மேக்னெட் விநாயகருக்கு சாத்துவார். மிகவும் ஒழுக்கமானவர் அனைத்து மாணவிகளையும் தனது மகள் போலவே நடத்துவார்.

அன்று ஒரு நாள் காலை தனது பயணத்தை இடையர்பாளையத்திலிருந்து தொடங்கியவர் மிகவும் சோர்ந்து காணப்பட்டார்.

"ஏன் அண்ணா? டயர்டா இருக்கீங்களா" என்று கேட்ட மாணவிகளிடம்,

"இல்லம்மா ஒன்னும் இல்ல" என்று மெதுவாக பதில் அளித்தார்.

சிறிது நேரம் கழித்து பேருந்து அவிநாசி சாலை அடைந்தது. செந்தில் அண்ணா பேருந்தை மிகவும் நிதானமாக இயக்கினார். அவரை கவனித்த நர்மதா,

"என்ன ஆச்சுன்னா? உடம்பு ஏன் வேர்க்குது?" என்றாள்.

"தெரியவில்லலம்மா. கொஞ்சம் தண்ணி கொடும்மா" என்ற அவருக்கு சகமாணவி தண்ணீர் கொடுத்தாள்.

பேருந்தை இயக்கியப்படியே தண்ணீரை பருகியவர். சற்று ஆசுவாசப்படுத்திக் கொண்டார்.

"அண்ணா நீங்க டிரைவ் பண்ணாதீங்க. வண்டியை நிறுத்திடுங்க. உங்களுக்கு உடம்புக்கு ஏதோ பண்ணுது" என்றாள் நர்மதா. சக மாணவிகளும் அவ்வாறே கூறினர்.

அவரையும் அறியாமல் அவர் பீளமேடு சிக்னலில் வண்டியை நிறுத்தினார். வண்டியை நிறுத்தியவர் மயங்கிவிட்டார். சிக்னல் பச்சை விளக்கு காட்டவே, பின்னே இருந்து ஹாரன் சத்தம் காதை துளைத்தது. என்ன நடக்கிறது என்று புரிவதற்குள் ட்ராபிக் ஜாம் ஆனது. பதட்டம் கொள்ளாமல் சக மாணவிகளின் உதவியோடு செந்தில் அண்ணாவை தூக்கி பின் இருக்கையில் படுக்கச் செய்தாள், நர்மதா.

சக மாணவிகள் அவருக்கு முதலுதவி செய்ய யாருமே எதிர்பார்க்காத சமயத்தில் நர்மதா பேருந்து ஓட்டுநர் இருக்கையில் அமர்ந்தாள். சீட்டை தன் உயரத்திற்கு

ஏற்றது போல அட்ஜஸ்ட் செய்து கொண்டாள். ரியர் வியூ கண்ணாடிகள் தன் பார்வைக்கு உகந்ததாக இருக்கிறதா என்றும் பார்த்துக் கொண்டாள். அங்கிருந்த விநாயகர் சிலையை ஒரு கணம் பார்த்தாள். பேருந்தை ஸ்டார்ட் செய்தாள், தன் கால்களால் கிளட்ச்சையும் பிரேக்கையும் ஒருசேர அழுத்தி வைத்திருந்தாள். தனது இடது கையால் ஃபர்ஸ்ட் கியர் போட்டாள். மெல்ல மெல்லட்சை ரிலீஸ் செய்தாள். பிரேக்கை முழுதாக ரிலீஸ் செய்து கொஞ்சம் ஆக்ஸிலரேட்டர் கொடுத்தாள். கிளட்சை முழுமையாக அழுத்தி, செகண்ட் கியர்க்கு போனாள். இவை அனைத்தும் ஒரு சில வினாடிகளில் நடந்தேறியது.

அவள் பேருந்தை இயக்க பின்னே கேட்டுக் கொண்டிருந்த ஹாரன் சத்தம் நின்று போனது. பேருந்து நகர டிராபிக் கிளியர் ஆக ஆரம்பித்தது. இதனை எல்லாம் கவனித்துக் கொண்டிருந்த டிராபிக் போலீஸ் அவளைப் பார்த்து

'GO'

என்ற பலகையை காண்பித்து புன்னகைத்தார். அவரைப் பார்த்து புன்னகைத்தப்படியே அந்த சிக்னலை கடந்து சென்றாள் நர்மதா.

இவர்களது கல்லூரிக்கு சொந்தமான மருத்துவமனை இன்னும் இரண்டு கிலோமீட்டர் தூரத்தில் உள்ளது என்பதை உணர்ந்தவள். பேருந்தை அந்த மருத்துவமனைக்கு இயக்கினாள். பின்னே இருந்த சக தோழிகள் செந்தில் அண்ணாவிற்கு முதலுதவி செய்த வண்ணம் இருந்தனர். அவர் மயங்கிய பத்து நிமிடங்களில் அவரை மருத்துவமனைக்கு கொண்டு வந்து சேர்த்தனர். அந்த சமயத்தில் நர்மதாவின் செயலை அனைத்து ஆசிரியர்களும் சக மாணவர்களும் பாராட்டினர். இந்த செயலுக்காக நர்மதாவுக்கு அந்த ஆண்டு கல்லூரி விழாவில் விருதும் வழங்கப்பட்டது.

அதனை நர்மதாவும் செந்தில் அண்ணாவும் ஒரு கணம் நினைத்துப் பார்த்தார்களோ? என்னவோ? சற்று நேரம் அமைதி காத்தனர்.

"பஸ் தாத்தா எப்படி இருக்காருண்ணா? எங்க இருக்காரு?" என்று ஆர்வமாக கேட்டவளை பார்த்து சிரித்தார்.

"அவர் அப்பவே தாத்தாம்மா. இப்ப எங்க இருக்காருன்னு உனக்கே தெரியுமே. காலம் ஒரே மாதிரி இருக்குமா?,' என்றார்.

என்ன பதில் கூறுவது என்று தெரியாமல் விழித்தாள். ஏர்போர்ட் வாசலில் கார் சென்று நின்றது. கீழ இறங்கியவளுக்கு அவளுடைய பெட்டியை எடுத்துக் கொடுத்தவர்,

"அதே அவிநாசி ரோடு வழியா தான்ம்மா இப்பவும் வந்தோம்," என்று கூறி சிரித்தார்.

அவரைப் பார்த்து புன்னகைத்தவள், அவரிடம் டாக்ஸி:பேரை கொடுத்தாள். அதை வாங்க மறுத்தவர்,

"நீங்க எல்லாருமே சேர்ந்து எவ்வளவு பெரிய காரியம் பண்றீங்க. உங்க கிட்ட நான் பணம் வாங்கினா நல்லா இருக்குமா? ", என்று கூறிவிட்டு அவ்விடம் விட்டு நகர்ந்தார்.

4

அவருடைய கார் நகர்ந்து செல்வதை பார்த்து நின்றாள். ஏதோ ஒரு உணர்வு அவள் முகத்தில் புன்னகையை வரவழைத்தது. தன் நினைவுகள் பின்னோக்கி செல்ல, அவள் முன்னேறி நடந்தாள், கேட் 2 வை அடைந்தாள். தன் டிக்கெட்டையும், ஆதார் கார்டையும் காண்பித்தாள்.

"டிராவலிங் டு மைசூர்? ", என்று அங்கிருந்த ஆபீஸர் கேட்க.

"எஸ்," என்று பதில் அளித்தாள்.

உள்ளே நுழைந்தவள் முதலில் அவள் பெட்டியை கிரவுண்ட் :போர்ஸ்க்கு அனுப்ப முனைந்தாள். அந்த பெட்டியை தூக்கி வெயிங் த்ரெட் பெல்ட் மேல் வைத்தாள். அவ்வளவு பெரிய கியூ இல்லாததால் அவள் சீக்கிரமாக அந்த கவுண்டரை அடைந்தாள். அவளுடைய பெட்டி பன்னிரண்டு கிலோவே இருந்ததால், எந்த தடையும் இன்றி அது பெல்ட்டில் முன்னேறி சென்றது. அவள் செக்யூரிட்டி செக்கின்னுக்குள் நுழைந்தாள்.

ஒரு பெல்ட்டில் நிறைய ட்ரேகள் ஒன்றன்பின் ஒன்றாக வந்து கொண்டிருந்தது. ஒரு ட்ரேவில் அவளிடம் இருந்த பர்ஸ், ∴போன், சார்ஜர், டார்ச் பென், வாட்ச், கேமரா போன்றவற்றை வைத்தாள். மற்றொரு ட்ரேவில் அவளுடைய ஹேண்ட்பேகை வைத்தாள். அது ஸ்கேன் ஆகி வெளியே வந்தது. அந்த சமயத்தில் இவளையும் செக் செய்து அனுப்பினர். தனது உடைமைகளை எடுத்துக் கொண்டு வெயிட்டிங் ஏரியாவுக்கு சென்று அமர்ந்தாள்.

"பேசஞ்சர்ஸ் டிராவலிங் ∴ப்ரம் கோயம்புத்தூர் டு மைசூர் ஆர் இன்வைடட் டு கேட் 2", என்ற கமெண்ட்ரி கேட்டு, கேட் 2 வில் அமைந்திருந்த க்யூவுக்கு சென்றாள். அனைவரும் அங்கே நின்றிருந்த பேருந்தில் ஏறினர். அந்தப் பேருந்து விமானத்தின் அருகே அணைத்து பயணிகளையும் கொண்டு சேர்த்தது. அனைவரும் விமானத்தில் தங்கள் இருக்கைகளில் அமர்ந்தனர். விமானம் இயக்கப்பட்டது மெதுவாக தரையில் இருந்து உயர்ந்து வானில் பறந்தது.

5

சிந்து

கீச் கீச் என்று அந்த பால்கனியில் இருந்து சத்தம் வந்து கொண்டிருந்தது. கீழே சமையலறையில் பால் பொங்கியதும் அடுப்பை அணைத்துவிட்டு காய்ச்சிய பாலை மூடி வைத்துவிட்டு, "இதோ வர்றேன்", என்று கூறிக் கொண்டே சிந்து படிகள் வழியை ஏறி மாடியில் உள்ள தன் அறைக்கு சென்றாள். அங்கே பால்கனி கதவை திறந்து வைத்தாள். கதவின் இடதுபுறம் இருந்த அலமாரியிலிருந்து அரிசியை எடுத்துக்கொண்டு வலது புறம் இருந்த லவ் பேர்ட்ஸ்க்கு தீனி இட்டாள். தான் கொண்டு வந்திருந்த கொய்யா கனியை எடுத்து சிறிது சிறிதாக வெட்டி அதையும் அதற்கு தீனியாக கொடுத்தாள்.

"என்ன நல்லா தூங்குனீங்களா?", என்று அந்த லவ் பேர்ட்ஸ் கூண்டுக்கு பின்னால் இருந்த பெரிய புகைப்படத்தை பார்த்து கேட்டாள்.

அந்த புகைப்படத்தில் இருந்தது சிந்துவும் அவருடைய கணவர் நிரஞ்சனும் தான்.

"எனக்கு தூக்கமே வரல, ஏன்னா இன்னைக்கு மேட்ஸ் எக்ஸாம்," என்று கூறிக் கொண்டே லவ் பேர்ட்ஸ்க்கு கொய்யாக்கனிகளை ஊட்டி விட்டாள்.

"மேகா வேற கொஸ்டின் பேப்பர் டஃப்பா எடுன்னு போட்டு உயிரை வாங்குறாங்க. நீங்களே சொல்லுங்க, நல்ல மார்க் வாங்கினா தானே அந்த சப்ஜெக்ட் மேல குழந்தைகளுக்கு ஒரு ஆசை வரும்," என்றாள். "கீச் கீச்," என்ற ஒரு லவ் பேர்ட் சிறகடித்து பறந்தது.

"ம்...ஆனா யாரும் செண்டம் எடுக்க கூடாது, அந்த மாதிரி கொஸ்டின் பேப்பர் எடுக்கணும்ன்னா எப்படி முடியும்," என்று பேசிக் கொண்டிருந்தாள்.

பறவைகளுக்கு தீனி இட்டுவிட்டு அங்கே இருந்த பலகை ஊஞ்சலில் அமர்ந்து கால்களையும் தூக்கி ஊஞ்சல் மேல் வைத்துக் கொண்டாள். ஊஞ்சலின் சங்கிலி புறமாக தன் உடலை சாய்த்து கால்களை நீட்டி அமர்ந்தாள். லேசான

வெயில் அவள் முகத்தில் பட்டது. அந்த காலை வேலைக்கான சுத்தமான ஜில் என்ற காற்று அவள் மேல் வீசியது. கண்களை மூடி அந்த ஊஞ்சலின் கம்பி மேல் தலையை சாய்த்தாள். தன் கணவன் தன்னை கட்டி அணைப்பது போல உணர்ந்தாள். அவன் ஸ்பரிசம் அவள் மேல் படுவதாக உணர்ந்து அமைதியாக அந்த ஊஞ்சலில் அமர்ந்து அந்த இனிய காலைப் பொழுதினை நிம்மதியாக அனுபவித்தாள்.

நிரஞ்சனும் சிந்துவும் காதல் திருமணம் செய்து கொண்டவர்கள். ஒரே பள்ளியில் பணியாற்றி பின் கருத்துக்களை பரிமாறி மனதையும் பரிமாறிக் கொண்டவர்கள். இரண்டு ஆண்டுகளுக்கு முன்பு நடந்த ஒரு விபத்தில் நிரஞ்சன் சிந்துவை விட்டு பிரியக்கூடாத தூரம் சென்று விட்டான். சிந்துவிடம் இப்போது இருப்பது நிரஞ்சனின் நினைவுகளும் அவன் ஆசை ஆசையாய் அவளுக்கு பரிசளித்த அந்த ஊஞ்சலும் தான். தினமும் அவளுடைய நேரத்தை பெரும்பான்மையாக அந்த பறவைகளிடமும் அந்த ஊஞ்சலிடமும்

அவன் புகைப்படத்துடனுமே செலவிடுவாள்.

"அம்மா," என்று ஓடி வந்த குருவை அள்ளி எடுத்து அவள் மடி மேல் சாய்த்து கொண்டாள். இருவருமே சிறிது நேரம் அங்கே பொழுதை செலவிட்டனர். பிறகு குருவுக்கு பள்ளி சீருடை மாற்றி அவனை கீழே அழைத்துச் சென்றாள்.

அங்கே அத்தை சிந்துவுக்கும் குருவுக்கும் தோசை வார்த்து தட்டில் வைத்துக் கொண்டிருந்தார்.

"நீங்க ஏன் அத்த கஷ்டப்படுறீங்க? நானே வந்து ஊத்தி இருப்பேன்ல," என்று கூறிக்கொண்டு சமையலறைக்குள் நுழைந்தாள்.

"அதனால என்னம்மா நீ சமைச்சு வச்சுட்ட, தோசை ஊத்தறது கஷ்டமா", என்றாள் அத்தை.

அப்படியே தனக்கும் குருவுக்கும் மதிய உணவினை பேக் செய்து வைத்துக் கொண்டாள். குருவுக்கும் தனக்கும் அத்தை தயார் செய்திருந்த உணவினை எடுத்துக்

கொண்டு முன் அரைக்கு வந்தாள். அத்தையும் அவளுடனே முன்னே இருந்த அறைக்கு வந்தார்.

"அத்தை அந்த பிரிஸ்கிரிப்ஷன் கேட்டிருந்தேனே, எடுத்து வச்சுட்டிங்களா? நான் சாயந்திரம் வரும்போது மாத்திரை வாங்கிட்டு வந்துடறேன். என்னா நாளைக்கும் அடுத்த நாளும் நான் வெளியூர் போறேன். உங்ககிட்ட சொன்னேன் இல்ல," என்றாள்.

சற்று தயக்கத்துடன் "நான் ஒன்னாந்தேதிக்கு மேல வாங்கிக்கலாம்னு நினைச்சேன்ம்மா," என்றாள் அத்தை.

"அதெல்லாம் நீங்க நினைக்க கூடாது. நான் தான் நினைக்கணும். நீங்க போய் பிரிஸ்கிரிப்ஷன் எடுத்துட்டு வாங்க. நான் மாத்திரை வாங்கிட்டு வர்ரேன் ", என்று செல்லமான கோபத்துடன் கூறினாள்.

"சரி," என்று ப்ரிஸ்கிரிப்ஷனை எடுக்கச் சென்றார் அத்தை. வெகு நேரமாக மாமா ஹாலிலே எதையோ தேடிக் கொண்டிருந்தார். என்ன தேடுகிறார்

என்று தெரியாமல் குருவும் தாத்தாவின் பின்னாலேயே சென்று கொண்டிருந்தான்.

சிறிது நேரம் பொறுத்து பார்த்த சிந்து, "மாமா, என்ன தான் தேடுறீங்க," என்று பொறுமை இழந்து கேட்டாள்.

"அதில்லம்மா நான் டிவி ரிமோட்டை தான் தேடிட்டு இருக்கேன்," என்று வெகுளியாக பதில் அளித்தார்.

இதைக் கேட்டவள் கலகலவென சிரித்தாள். தன் மருமகள் சிரிப்பதை பார்த்த மாமாவும் சிரித்தார். அத்தையும் சிரித்துக் கொண்டே வந்து பிரிஸ்கிரிப்ஷனை கொடுத்தார். அதை வாங்கிக் கொண்டவள் சிரித்துக் கொண்டே, "அத்த, மாமா ரொம்ப நேரமா ரிமோட்டை தேடிட்டு இருக்காராம்," என்று கூறிவிட்டு சிரித்தாள்.

"குரு, வா நாம போகலாம். தாத்தாவே தேடிக்குவாரு," என்று கூறிவிட்டு தன் நான்கு வயது மகனை அழைத்துக் கொண்டு ஸ்கூட்டியில் ஏறி சென்றாள்.

தன் மருமகளையும் பேரனையும் வழி அனுப்பி வைத்துவிட்டு உள்ளே நுழைந்த அத்தை,

"ஏங்க... ரிமோட்டை இடுப்புல சொருகி வச்சிட்டு, ஊரெல்லாம் தேடுவீங்களா," என்று கடிந்து கொண்டாள்.

"அந்தப் பொண்ணு எப்படி சிரிச்சா பாத்தீங்களா," என்று ஆதங்கப்பட்டாள்.

"கொஞ்சமாவது பொறுப்பா நடந்துக்கறீங்களா? எப்ப பார்த்தாலும் இதே வேலையா போச்சு," என்றாள்.

"ரிமோட்டை இடுப்புல சொருகி வச்சதே நான் தான். நான் இப்படி எல்லாம் பண்றதால உனக்கு அசிங்கமா இருக்கா? ஆனா எனக்கு சந்தோஷமா தான் இருக்கு. ஏன்னா நான் கோமாளியா இருக்கிறதுனால தான் என் மருமக இன்னும் சிரிப்ப மறக்காம இருக்கா" என்று தன் கணவர் கூறிய பதிலை கேட்டவள் தன் மகனை நினைத்து பார்த்து வேதனை கொண்டாள். கண்களில் கண்ணீர் பொங்க அமைதியனாள்.

6

ஒப்பனை இல்லாத அழகு, அணிகலன் இல்லாத புன்னகை, எடுப்பான நிறம் இல்லாத நேர்த்தியான புடவை மடிப்பு, கால் கொலுசின் ஓசை கேட்காத நிமிர்ந்த நடை, மை தீட்டாத கண்கள் கொண்ட நேர்மையான பார்வை சிந்துவுக்கு சொந்தமானது. கணவனை இழந்து விட்டோம் என்று வருந்தி வீட்டினிலே முடங்காத கம்பீரமான பெண் சிந்து. தன் குடும்பத்தையும், தன் தாயார் குடும்பத்தையும் ஒரு சேர தாங்கி நிற்கும் தேவதை சிந்து.

அன்றைய தினம் தேர்வுக்கு தேவையான வினாத்தாள்கள், விடைத்தாள்கள், ரப்பர் பேண்ட், திரட் என அனைத்தையும் எடுத்துக்கொண்டு பரீட்சை ஹாலுக்குள் நுழைந்தாள்.

"குட் மார்னிங், மேம்' என்று அனைத்து குழந்தைகளும் ரிங்காரம் பாட,

சிரித்துக்கொண்டே, "குட் மார்னிங், சில்ரன்", என்று பதில் அளித்தாள்.

அனைவரையும் தங்கள் புத்தகங்களை வெளியே வைக்குமாறு கூறிவிட்டு, அனைவரும் சரியான இருக்கைகளில் அமர்ந்து உள்ளனரா என்றும் சரி பார்த்துக் கொண்டாள்.

அட்டன்ஸ் எடுத்துக் கொண்டிருக்கும்போது, ஒரு மாணவன் தனக்கு தாமதமாகிவிட்டது என்று கூறிக் கொண்டே வாசலில் வந்து நின்றான். அவனுடைய பையை வெளியே வைத்துவிட்டு உள்ளே வந்த அமரும்படி கூறினாள் சிந்து. ஆனால் வெளிய வெகு தூரத்தில் இருந்து "வெயிட்," என்ற சத்தம் கேட்டது. அது கோ அர்டினேட்டர் மேகா.

"உனக்கு இன்னைக்கு எக்ஸாம்ன்னு தெரியாதா? ஏன் லேட்," என்றார்.

"இல்ல மேம். சைக்கிள் பஞ்சர்," என்று பதில் கூறிக் கொண்டிருக்கும்போதே இடைமறித்து,

"இல்ல நீ கதை சொல்றத நிறுத்து, நீ பத்து நிமிஷம் லேட்டா தான் எக்ஸாம் எழுதணும். ஆனா மேடம், கரெக்டா எல்லா ஸ்டுடண்ட்ஸ் கிட்ட இருந்தும் பேப்பர் வாங்கும் போது, இவன் கிட்ட

இருந்தும் கலெக்ட் பண்ணுங்க" என்று சிந்துவை பார்த்து வேகமாக கூறிவிட்டு அந்த மாணவனை வெளியே நிற்கச் செய்தார்.

ஒரு பெருமூச்சு விட்டு உள்ளே நுழைந்து அனைத்து மாணவ மாணவிகளுக்கும் வினாதாள்களையும் விடைத்தாள்களையும் கொடுத்தாள்.

பரீட்சை ஒரு மணி நேரத்திற்கானது. அது பத்தாம் வகுப்பு மாணவர்களுக்காக பிரத்தியேகமாக நடத்தப்படும் மாதத் தேர்வு. முதல் அரை மணி நேரம் முடிவு பெற்றது. ரவுண்ட்ஸ் போய்க்கொண்டிருந்த சிந்து ஒரு மாணவி எதுவுமே எழுதாமல் வெறும் தாளினையே வெகு நேரமாக வைத்துக் கொண்டிருந்ததை கவனித்தாள்.

"என்னாச்சும்மா? ", என்று நிதானமாக அந்த பெண்ணிடம் கேட்டாள்.

அழுது கொண்டே எழுந்த அந்த பெண், "நான் இன்னைக்கு படிக்கல மேம ", என்றாள்

"ஏன்" என்று கேட்ட சிந்துவிடம்,

40

"இல்ல மேம், நேத்து ஈவினிங்ல இருந்து எங்க அம்மாவுக்கும் அப்பாவுக்கும் சண்டை, என்னால படிக்கவே முடியல," என தேம்பித் தேம்பி அழுதாள், அந்த மாணவி.

சக மாணவர்களின் தேர்வு பாதிக்கப்படக்கூடாது என்பதற்காக அவளை வெளியே நிறுத்தி பேசிக் கொண்டிருந்தாள் சிந்து. அவளை சமாதானம் செய்து கொண்டிருந்தபோது அங்கே வந்த மேகா, அவளை நிறுத்தி என்ன நடந்தது என்று வினவினாள்.

"மேகா, இந்த பொண்ணு படிக்கலைன்னு சொன்னா. அதான் ஏன்னு கேட்டுட்டு இருக்கேன்," என்று பதில் அளித்தாள்.

"ஏன் பிடிக்கல," என்ற ஹார்ஷாக கேட்டாள் மேகா.

எதுவும் பேசாமல் பயந்து "மேம், மேம்," என்று கூறினாள் அந்த மாணவி.

"இவங்களை எல்லாம் என்கரேஜ் பண்ணாதீங்க, சிந்து. எல்லாம் நல்ல கத கதையா சொல்லுவாங்க," என்று கூறி "போய் என்ன தெரியுமோ எழுது போ,"

என்று அந்த மாணவியிடம் கூறி அவளை விரட்டி விட்டாள்.

'ஏன் இப்படி செய்கிறார்' என்று நினைத்த சிந்து, 'பாத்துக்கலாம்' என்று நினைத்துக் கொண்டாள்.

7

பரீட்சை முடிந்து அனைத்து மாணவர்களிடமும் விடைத்தாள்களை வாங்கி வைத்துவிட்டு, அவர்களை கீழே யோகா அண்ட் மெடிடேஷன் கிளாசுக்கு அனுப்பி வைத்தாள்.

மாதத் தேர்வு நடக்கும் நாட்களில் மட்டும் தேர்வுக்கு பின் அரை மணி நேரம் அனைத்து பத்தாம் வகுப்பு மாணவர்களுக்கும் யோகா அண்ட் மெடிடேஷன் கிளாஸை ஏற்பாடு செய்திருந்தார் பள்ளி தாளாளர். இது பதினொன்றாம் வகுப்பு மற்றும் பன்னிரண்டாம் வகுப்பு மாணவர்களுக்கும் பொருந்தும்.

அவசரமாக தாளாளருடன் மீட்டிங், என அனைத்து பத்தாம் வகுப்பு ஆசிரியர்களும் புறப்பட்டு மீட்டிங் ஹாலுக்கு சென்றனர். சிந்துவும் தான் பயிற்றுவிக்கும் வகுப்பு மாணவர்களுடைய விடைத்தாள்கள் அத்தனையும் எடுத்து பண்டில் செய்து வைத்து விட்டு, மதிப்பெண்கள் பதிவிட நேம் லிஸ்டையும் அதனுள் வைத்து, தன்னுடைய கப்போர்ட்டில் வைத்து

பூட்டி, சாவியையும் எடுத்து வைத்துக் கொண்டாள். பின் மீட்டிங் ஹாலுக்கு புறப்பட்டு சென்றாள்.

அங்கு தாளாளர் யோகிதா அனைத்து ஆசிரியர்களும் மீட்டிங் ஹாலினுள் நுழையும் வரை வெளியே காத்துக் கொண்டிருந்தார்.

சிந்துவுக்கு மிகவும் பிடித்த ஆசிரியர் யோகிதா. அவர் பள்ளியின் கோ – ஆர்டினேட்டராக இருந்தபோது அவருடன் பணியாற்றி நிறைய அனுபவங்களை தெரிந்து வைத்துக் கொண்டிருந்தாள் சிந்து.

எந்த மாணவனையும் காயப்படுத்தாத நியாயமான கோபமும், ஒரு காரியத்தை எடுத்து அதை சரியான முறையில் முடித்துக் காட்டும் தைரியமான சுபாவமும், குரலை உயர்த்தாமலும் கட்டளையிடாமலும் தன் சக ஆசிரியர்களின் வேலை சரியாக நடக்கிறதா என்று நேர்மையாக தலைமை வகிப்பதும் தான் யோகிதாவின் பதவி உயர்வுக்கு காரணமானது.

அவர் தாளாளராக பதவி உயர்வு பெற்றபின் பள்ளியில் உள்ள அனைத்து மாணவ மாணவியருக்கும் ஒழுக்கத்தை முதல் பாடமாக ஒரு ஆசிரியர் போதிக்க வேண்டும் என்று கூறியிருந்தார். 'மதிப்பெண்கள் ஒரு மாணவனுடைய தலையெழுத்தை முடிவு செய்வதை விட, அவன் அவன் மதிப்பெண்களை வைத்து அவனுடைய வாழ்க்கையில் முன்னேறி உயர்ந்திட இனி என்ன செய்யலாம் என்ற தெளிவு அவனுள் வந்திட ஒரு ஆசிரியராக நம் கடமையை செவ்வனை செய்தல் வேண்டும்' என்பதே அவருடைய வார்த்தையாக இருந்தது.

அனைத்து ஆசிரியர்களும் மீட்டிங் ஹாலினுள் நுழைந்தவுடன் யோகிதாவும் மீட்டிங் ஹாலுக்குள் நுழைந்தார்.

"குட் மார்னிங் டீச்சர்ஸ், Mrs. மேகா தான் இந்த மீட்டிங் அரேஞ்ச் பண்ணி இருந்தாங்க. அவங்களுக்கு நம்ம டீச்சர்ஸ் கிட்ட சொல்றதுக்கு ஒரு கருத்து இருக்கு. அது என்னன்னு நாம தெரிஞ்சுகிட்டு அப்ளை பண்ணனும், இல்லன்னா..." என்று கூறிவிட்டு சற்று

யோசித்தவர், "நானும் உங்க கூட சேர்ந்து அவங்க என்ன சொல்றாங்கன்னு கேக்குறேன்," என்று கூறிவிட்டு அனைத்து ஆசிரியர்களும் அமர்ந்து இருக்கும் இடத்தில் அவரும் வந்து அமர்ந்தார்.

"தேங்க்யூ மேம்," என்ற மேகா தொடர்ந்தார்.

"ஆசிரியர்கள் அனைவருக்கும் வணக்கம். இப்போ மாதத் தேர்வு போயிட்டு இருக்கு. நாம பத்தாம் வகுப்பு மாணவர்களுக்கு பரிட்சை வச்சிருக்கோம். அவங்கள பொதுத்தேர்வுக்கு தயார் பண்ண போறோங்கிறத ஆசிரியர்கள் முதல்ல நீங்க ஞாபகம் வச்சுக்கோங்க. காலையில ரவுண்ட்ஸ் போன போ, ஒரு மாணவன் லேட்டா எக்ஸாம் ஹாலுக்குள்ள என்டர் பண்றான். அலவ் பண்ணாதீங்க, ஏன் ஆசிரியர்கள் உங்களுக்கு புரியல, அவன் நாளைக்கு பொதுத்தேர்வுக்கு லேட்டா வந்தா என்ன பண்ணுவீங்க.

ஒரு மாணவி படிக்கலன்னு அழுதா, அவ சொல்ற கதை எல்லாம்

கேட்டுட்டு இருக்கீங்க. கொஞ்சம் கண்டிப்பா இருங்க. தண்டனைகள் கடுமையாக்கப்படனும் அப்பதான் தவறுகள் குறையும். பி எ லிட்டில் எஃபிசியன்ட் டீச்சர்ஸ்," என்றவரை எதிர்த்து,

"ஐ ஸ்ட்ரிக்ட்லி ஒப்போஸ் யுவர் பாய்ண்ட் Mrs. மேகா," என்று குரல் சிங்கம் போல கர்ஜித்தது.

இப்படி ஒரு எதிர்ப்பை எதிர்பார்க்காத மேகா யார் இப்படி கூறுகிறார் என்று பார்த்துக் கொண்டிருந்தார். அனைத்து ஆசிரியர்களும் பின்னே திரும்பிப் பார்த்தனர். அப்படி கூறியது வேறு யாருமில்லை நம் சிந்துவே. கடைசி சீட்டில் அமர்ந்திருந்த சிந்து எழுந்து நின்று,

"ஐ அம் சாரி, மேகா எஃபிசியன்ட் டீச்சர்ஸ் ன்னு சொன்னீங்க, அதுக்கு உங்க டிக்ஷனரில என்ன மீனிங்ன்னு எனக்கு தெரியல, ஏன்னா எங்க எல்லாரையும் பொருத்தவரைக்கும் டீச்சர்னா தப்பு பண்ணா திட்றவங்களும் கண்டிப்பா இருக்கிறவங்களும் மட்டும்

இல்ல, அந்தத் தப்ப ஏன் பண்ண கூடாது? அதனால என்ன பாதிப்பு ஏற்படுது? அது யாரை பாதிக்கும்னு? எடுத்து சொல்ற ∴பெசிலிடேட்டர்ஸ்ம் தான்," என்று பணிவாக கூறினாள்.

"பாடம் யார் வேணும்னா நடத்தலாம். அப்புறம் ஏன் பசங்கள ஸ்கூலுக்கு அனுப்புறாங்க? அவங்க நல்ல ஒழுக்கத்தை கத்துக்கணும்னு தானே. அது நாம சொல்லி கொடுத்தா தானே வரும். நாமளே நம்ம பசங்க பேசுறத காது கொடுத்து கேட்கலைன்னா, யாரு கேட்பாங்க? ", என்று கேள்வி எழுப்பினாள்.

"நாம பப்ளிக் எக்ஸாம்க்கு ஸ்டுடென்ட்ஸ தயார் பண்ணா மட்டும் போதுமா? அவங்கள லைஃபுக்கு தயார்படுத்துறது நம்ம வேலை இல்லையா? லேட்டா வரணும்னு நினைக்கிற ஸ்டுடெண்ட் 9 மணி எக்ஸாமுக்கு 9:00 மணிக்கு ஓடி வரமாட்டான். அதே மாதிரி அவன் ரொம்ப தூரம் ஓடி வந்து இருக்கான், மூச்சு வாங்குகிறான், அவனுக்கு வேர்த்து கொட்டுதுன்னு ஒரு மனுஷியா அங்க நிக்கிற எல்லாருக்கும்

புரியும். அவன ரிலாக்ஸ் பண்ணிக்க சொல்லி அவன் மனச அமைதிப்படுத்தி, எக்ஸாம் எழுத அலவ் பண்றது தப்பு. ஆனா, அவன பதினைஞ்சு நிமிஷம் தாமதமா தான் நீ எக்ஸாம் எழுதணும்னு சொல்லி, சரியான நேரத்தில் பேப்பர் வாங்கிடுங்க அப்படின்னு சொல்லி, அவன் மனசு டென்ஷன் படுத்தி, அந்த டென்ஷனோட அவன் தப்பு தப்பா எழுதி, அடிச்சு, சரியா எக்ஸாம் எழுத முடியாம போறதுக்கு காரணமா இருக்கிறது தான் எஃபிசியன்சியா மேடம்? ",என்று மேகாவை எதிர்த்து கேள்வி எழுப்பினாள்.

"ஒரு ஸ்டுடென்ட் தான் படிக்கலைன்னு ஒத்துக்குறா. அந்த டைம்ல அவளை நாம எப்படி ட்ரீட் பண்றோம்? அவங்க எக்ஸாம் எழுதுறது தான் நமக்கு முக்கியமா? இல்ல அவங்க படிக்கிறது நமக்கு முக்கியமா? அவங்க படிக்கிறதுக்கு டைம் கொடுத்து படிக்க வச்சுட்டு ஈவினிங் ஸ்கூல் ஹவர்ஸ்க்கு மேலையோ இல்லனா அடுத்த நாள் காலையில சீக்கிரமா வர வெச்சோ பரீட்சை எழுத வைக்கலாமே. அத

விட்டு அவள் ஏதோ எழுதட்டும்னு எக்ஸாம் எழுத சொல்றது எந்த விதத்தில் நியாயம்?

நாம இங்க டீச்சர்ஸ், மனுஷங்க. ரோபோட்ஸ் கிடையாது. ரோபோட்ஸ் கிளாஸ் எடுத்துட்டு போயிடும் எக்ஸாம் கண்டக்ட் பண்ணிட்டு போயிடும். நாம அப்படியில்ல. நாம நல்ல பழக்க வழக்கங்களை சொல்லிக் கொடுக்கணும். நமக்கு எமோஷன்ஸ் இருக்கு, நம்ம பசங்களுக்கும் எமோஷன்ஸ் இருக்கு. அதை வெளிப்படுத்த அலவ் பண்ணனும். அப்போதான் அவங்களுக்குள்ள தைரியம் வரும். என்ன விஷயம்னு நம்ம கிட்ட வந்து பேசுவாங்க. இல்லன்னா, பொய் சொல்ல கத்துக்குவாங்க. தைரியம் இல்லாத பசங்களா தான் ஆவாங்க.

தண்டனைகள் கடுமையாக்கப்படும்னு சொல்றீங்களே இது ஜெயிலுமில்ல, இங்கு படிக்கிறவங்க கைதிகளும் இல்ல. நல்ல ஆசிரியர்களால தான் நல்ல சமுதாயத்தை உருவாக்க முடியும்.

நல்ல சமூகத்துல ஜெயில் கூட எக்ஸிபிஷனா மாறும். அந்த சக்தி ஆசிரியர்கள் கிட்ட தான் இருக்கு. மாணவர்களுக்கும் ஆசிரியர்களுக்குமான புரிதல் ஓங்கும்போது, அவங்க நாம சொல்றதை கேப்பாங்க. நாம் அவங்களை நல்வழி படுத்த முடியும். படிக்க வைக்கவும் முடியும்.

டீச்சர்ஸ்ல எஃபிசியன்ட் இன் எஃபிசியன்ட்னு ஒன்னும் இல்ல. நாம நம்ம பசங்க பேசுறத முதல்ல காது கொடுத்து கேட்கணும். அப்பதான், அவங்க நாம சொல்றதை கேப்பாங்க," என்று மிகவும் தைரியமாக அனைவர் முன்னிலையிலும் பேசி முடித்தாள். அவளுடைய ஒரு கண்ணில் மட்டும் கண்ணீர் வந்தது. பெல் அடிக்கும் சத்தம் கேட்க,

"வித் யுவர் பர்மிஷன், யோகிதா மேம், எனக்கு கிளாசுக்கு டைம் ஆச்சு நான் கிளம்புறேன்" என்று கூறிவிட்டு பின்னே நின்றிருந்தவள், முன்னே நடந்து வந்தாள். அவள் நடந்து வர அனைத்து ஆசிரியர்களும் எழுந்துபுறப்பட நின்றனர். மேகாவை ஒரு பார்வையில்

கர்ஜித்து விட்டு அவ்விடம் விட்டு
சென்றாள் சிந்து.

8

மாலை அனைத்து மாணவர்களும் பள்ளியிலிருந்து விடை பெற்று சென்றவுடன் சிந்து பள்ளியின் தாளாளர் யோகிதாவை நேரில் சந்தித்து பேச அவருடைய அறைக்கு சென்றாள்.

"குட் ஈவினிங் மேம், உள்ள வரலாமா?"

"ப்ளீஸ் வாங்க, சிந்து" என்றார் புன்னகையுடன்.

"சாரி மேம், காலைல உங்க முன்னாடியே நான் கொஞ்சம் நிறைய பேசிட்டேன். மேகாவ ஒப்போஸ் பண்ணனும்ங்கறது என் மோட்டிவ் இல்ல. அவங்க தப்புண்ணும் நான் சொல்லல. பட் அவங்களோட பாயிண்ட், எல்லா ஸ்டுடெண்ட்ஸ்க்கும் பொருந்தாதுன்னு தான் சொல்ல வந்தேன்."

"எனக்கு புரியுது சிந்து. அதனால தான் நான் அவங்களே பேச விட்டேன் மே பீ அவங்களோட பாயிண்ட்ட சரியா எடுத்து வைப்பாங்கன்னு நினைச்சேன். ஆனா,.. விடுங்க அவங்க அவங்களோட

தப்ப ஒத்துக்கிட்டாங்க. அவ்வளவுதான்," என்று கூறி சிரித்தார்.

சிந்துவும் அவரை பார்த்து புன்னகைத்தாள்.

"இப்ப சிந்து ஓட பேச்சில நிறைய தைரியமும் தன்னம்பிக்கையும் தெரியுது. இத பார்க்க ரொம்ப நல்லா இருக்கு, சிந்து. இதை இப்படியே மெயின்டெய்ன் பண்ணுங்க," என்றார்.

சரி என்னும் தோரணையில் தலையை அசைத்த சிந்துவை பார்த்து, "நீங்க என்ன தப்பா நினைச்சுக்கலைன்னா, இப்ப எல்லாம் உங்க நடவடிக்கைகள்ல நிரஞ்சனையும் பார்க்க முடியுது," என்றார்.

"உண்மைதான், மேடம். நிரஞ்சன் எனக்குள்ளே இருந்து என்னை வழி நடத்துறதா தான் நான் நினைக்கிறேன்," என்று கூறினாள்.

"நாளைக்கும் அடுத்த நாளும் நான் ஒரு முக்கியமான காரியமா மைசூர் போறேன், மேடம். அதுதான் உங்க கிட்ட சொல்லலாம்னு வந்தேன்," என்று தான்

வந்த காரியத்தை பற்றி பேச ஆரம்பித்தாள்.

"என்ன விஷயமா, சிந்து," என்று கேட்டார் யோகிதா.

"மேடம் நாங்க பிரண்ட்ஸ் ஒரு நாலு பேர் சேர்ந்து ஒரு 12 வருஷமா ஒரு காரியம் செய்துட்டு வர்றோம். அதோட வெற்றி விழா நாளை கழிச்சு நடக்க போகுது. அந்த சந்தோஷத்துல பங்கெடுக்க தான் இந்த பயணம்," என்று கூறி என்ன காரியமாக மைசூர் செல்கிறாள் என்பதை மிகவும் தெளிவாக எடுத்துக் கூறினாள்.

"நீங்க சொல்றது கேட்கும்போதே புல்லரிக்குது, சிந்து. எவ்வளவு பெரிய விஷயம் செஞ்சு இருக்கீங்க. இந்த மாதிரி ஒரு ஒரு டீச்சர் இங்க இந்த பள்ளியில் வேலை செய்றாங்க அப்படிங்கறதே, எங்களுக்கு பெருமையா இருக்கு," என்று கூறினார் யோகிதா

"எங்கள மட்டும் சொல்லாதீங்க, மேடம். எங்களோடு சேர்ந்து எங்க கனவுகளையும் எங்களுக்காகவே சுமந்த எங்கள் பெற்றோரும், கணவனும்,

குடும்பமும் கூட காரணம்தான்," என்று கூறிவிட்டு

"இன்னும் சொல்லப்போனா, என்னோட சேர்ந்த நிரஞ்சனோட கனவும் நினைவாக போறது பார்க்க போறேன். அவரோட மனசும் நிச்சயமா சந்தோஷப்படும்," என்றாள்

"கண்டிப்பா. நல்லபடியா போயிட்டு வாங்க. அட்வான்ஸ் கங்கிராஜுலேஷன்ஸ்," என்று கூறிய யோகிதா தன் இருக்கையில் இருந்து எழுந்து வந்து சிந்துவை கட்டி அணைத்து பாராட்டினாள்.

9

இரவு உணவுக்குப் பின் குருவை உறங்க வைத்துவிட்டு பால்கனிக்கு சென்றாள் சிந்து.

"இங்க பாத்தீங்களா, பிளைட் டிக்கெட் எல்லாம் அனுப்பி வச்சிருக்கா. எவ்வளவு பெரிய மனுஷாயிட்டா தெரியுமா. ரொம்ப சந்தோஷமா இருக்கு. உங்களுக்கும் சந்தோஷமா இருக்கும்னு எனக்கு தெரியும்," என்று கூறிவிட்டு அந்த போட்டோவின் அருகில் சென்று, நிரஞ்சனுக்கு அருகில் அவள் முகத்தை பதித்து பேச தொடங்கினாள்.

"நாளைக்கு காலைல 9:30 க்கு பிளைட். நான் போயிட்டு வரட்டுமா? நீங்க இங்கேயே இருங்க. குழந்தை இருக்கான். அத்தை, மாமா எல்லாரும் தனியா இருக்காங்க. அவங்க கூட நீங்க இருந்தீங்கன்னா நான் தைரியமா போயிட்டு வந்துடுவேன். ப்ளீஸ், ரெண்டு நாள் அட்ஜஸ்ட் பண்ணிக்கோங்க. நான் ஓடி வந்துடுறேன்," என்று அந்த இரவு நேர அமைதியில் தன் ஆசை கணவனிடம்

மனதில் இருந்து பேசிக் கொண்டிருந்தாள் சிந்து.

காலை 7:00 மணிக்கு குருவை, அத்தை மற்றும் மாமாவிடம் ஒப்படைத்து விட்டு புறப்பட தயாரானாள்

"ரொம்ப சந்தோஷம்மா. நீ தைரியமா போயிட்டு வா. குருவை பத்திரமா நாங்க பாத்துக்குறோம்," என்று கூறி சாமிக்கு கற்பூர தீபாராதனை காண்பித்து தன் மருமகளுக்கு திருநீர் பூசி விட்டாள் அத்தை.

"நீ சந்தோஷமா போயிட்டு வாம்மா. நிரஞ்சனுக்கும் உனக்கும் இது முக்கியமான நாள். எல்லாமே நல்லபடியா நடக்கும்மா," என்று மாமா ஆசிர்வதித்தார்.

"குரு, தாத்தா பாட்டியை தொந்தரவு பண்ணக்கூடாது. சமத்தா இருக்கணும். நாளைக்கு சாயந்திரம் எல்லாம் அம்மா வந்துடுவேன்," என்று மண்டியிட்டு அமர்ந்து தன் மகனிடம் பேசினாள். அவனுக்கு முத்தமும் கொடுத்தாள். தான் புக் செய்திருந்த கேபில் ஏறி அமர்ந்தாள்.

"அம்மா," என்று குரு அழைக்கவே, ஜன்னல்களைத் திறந்து அவனைப் பார்த்தாள்.

மாமா அவனை தூக்கி விட ஜன்னல்கள் வழியே தன் தாய்க்கு முத்தமிட்டான் குழந்தை.

"கங்கிராஜுலேஷன்ஸ்," என்று அந்த சிறிய குழந்தை கூற பேரானந்தம் அடைந்தாள் சிந்து.

ஒரு சிறு குழந்தை தன் மனதில் இருந்த ஆசையை வெளிப்படுத்தாமலேயே அதை உணர்ந்து அவனைத் தூக்கி விட்ட மாமாவை நினைத்து பெருமை கொண்டாள். எதிர்பார்க்காமல் செய்யும் உதவி மனதிற்கு அதீத சந்தோஷத்தையும் நிம்மதியையும் அந்த உதவியை பெற்றவருக்கு மட்டுமல்லாது, அந்த உதவியை செய்தவருக்கும் சுற்றியுள்ள அனைவருக்கும் கொடுக்கிறது என்று நினைத்து பெருமை கொண்டாள்.

சென்னை விமான நிலையம் வந்தடைந்தாள். அங்கே இருந்து மைசூருக்கு பறந்து சென்றாள்.

10

சுமித்ரா

ஜார்ஜ் டவுன், பாரிஸ் கார்னரில் இருக்கும் ஹை கோர்ட் வாசலில் ஆட்டோவில் வந்து இறங்கினாள், சுமித்ரா. அங்கே கூட்டமாக இருந்தது. என்ன கூட்டம் என்ன நடக்கிறது என்று ஒரு நிமிடம் நின்று கவனித்தாள். அது சில பெண்கள் சேர்ந்து,

"ஆண் சமூகமே எங்களை அடக்கி ஆள நினைக்காதே",

"பெண் ஆண் இருவருமே சரிசமம்",

"பெண்களை பணியாளாக நினைக்காதே"

என்று எழுதிய பலகைகளை கையில் வைத்துக்கொண்டு ஆண் சமூகத்தை எதிர்த்து கோஷங்களை எழுப்பிக் கொண்டிருந்தனர். அதை கவனித்தவள் ஆக மொத்தம் அனைத்து ஆண்களை எதிர்த்து போராட்டம் என்று மனதில் நினைத்துக் கொண்டாள்.

தனது பர்சில் இருந்து ஒரு 500 ரூபாய் நோட்டை எடுத்து அந்த ஆட்டோ ஓட்டுனரிடம் கொடுத்தாள்.

"சேஞ்ச் இல்லம்மா 250 ரூபாய் தான் ஆச்சு", என்றார் அந்த ஆட்டோ ஓட்டுனர்

"ஜிபே பண்ணட்டுமா" என்றவள், தன் மொபைல் போனை எடுத்து பே செய்து பார்த்தாள். ஆனால் நெட்வொர்க் கனெக்சன் சரியாக இல்லாததால் அவளால் பே செய்ய முடியவில்லை.

"சரி மா அப்புறம் ட்ரை பண்ணி பாருங்க" என்றவர் புறப்பட விழைந்தார்.

"இருங்க, இருங்க, அண்ணா நான் ஒருவேளை அப்பறமா பே பண்ணலேன்னா? என்ன பண்ணுவீங்க" என்று சிரித்துக் கொண்டே கேட்க முன் வந்தவளை குறுக்கிட்டு,

"நிஜம்தான் மா சில பேர் அப்படியும் செய்வாங்க. ஆனா எனக்கு தெரியுமா யார் ஏமாத்துவா? யாரை நம்பலாம்ன்னு " என்றார்.

"என்னை எப்படி நம்புனிங்க" என்று விளையாட்டாய் கேட்டாள்.

சிரித்தவர், "குழந்தைய அம்மா வீட்ல விட்டுட்டு. என்னை நம்பி ஒரு பொண்ணு நீங்க ஆட்டோல தனியா வந்து இருக்கீங்க. உங்கள பத்திரமா நீங்க சேர வேண்டிய இடத்தில சேர்க்கிறது தான் என் முதல் கடமை. உங்களுக்கு எப்படி என் மேல நம்பிக்கை வந்தது. அதே நம்பிக்கை எனக்கு உங்க மேல இருக்கு சகோதரி" என்று ஆட்டோவை ஸ்டார்ட் செய்தார்.

"ஆண் சமூகமே!"

...

"பெண்களுக்கு பாதுகாவலனாய் இரு"

...

"பெண்களை ஒடுக்காதே"

...

"பெண்களை சந்தேகிக்காதே"

என்ற கோஷங்கள், அவ்விடம் முழுக்க சூழ்ந்து இருந்தது.

ஆனால், தன்னை நம்பிய மற்றும் தன்னை பாதுகாப்பாக உணர

வைத்த ஒரு ஆட்டோ ஓட்டுனரை நினைத்து பெருமை கொண்டாள். அந்த கோஷங்களை ஒரு நிமிடம் கவனித்து விட்டு, அந்த ஆட்டோ அண்ணாவிடம் பேச திரும்பினாள். ஆனால், அவர் கிளம்பி சென்று விட்டார். ஒரு சில நிமிடங்கள் அந்த ஆட்டோ ஓட்டுனர் பேசிய வார்த்தைகளை யோசித்துப் பார்த்தபடியே அவருடைய ஆட்டோ அவள் கண்களில் இருந்து மறையும் வரை அங்கேயே நின்று பார்த்துக் கொண்டிருந்தாள், சுமித்ரா. அவருடைய ஆட்டோவில் 'நீரின்றி அமையாது உலகு' என்ற வாசகம் எழுதியிருந்ததை கவனித்தாள்.

அந்த கோஷங்களை கேட்டு புன்னகைத்தப்படியே, கோர்ட்டின்னுள் நுழைந்தாள். நீல நிற ஜீன்ஸும், கருப்பு நிற குர்த்தியம் அணிந்திருந்தாள். தலை நிமிர்ந்து துணிவுடன் படிகள் ஏறி சென்றாள். என்ன நடந்தாலும், பார்த்து விடலாம் என்ற தைரியம் அவள் நடையிலேயே இருந்தது.

சுமித்ரா ஐந்து ஆண்டுகளுக்கு முன்பு ஒரு பெரிய ஐடி நிறுவனத்தில் வேலை பார்த்துக் கொண்டிருந்தாள்.

அவளுடைய பெற்றோர் அவள் மீது அதிக ஆசை வைத்திருந்தனர். செல்லமாக வளர்த்த பெண்ணை நல்ல இடத்தில் திருமணம் செய்து வைக்கலாம் என்று முடிவு செய்து தேடித்தேடி ஒரு மாப்பிள்ளையை கண்டுபிடித்தனர். ராகுல், பெரிய பணக்கார வீட்டு வரன். அவர்களுக்கு ஏகோபித்த சொத்துக்கள் இருந்தன. அவை அனைத்துக்கும் அவன் ஒருவனே வாரிசு. செல்லமாக வளர்க்கப்பட்டவன் கண்டிப்பு என்பதை அவன் அனுபவித்ததே இல்லை. ராஜா வீட்டு கன்னுக்குட்டி அல்ல அவன். ராஜா வீட்டு கரையான். அவனுடைய நடத்தை அவன் வளர வளர மிக மோசமாக மாறியது. தாய் தந்தையின் பேச்சை மதிக்காமல் குடி போதை என பல லீலைகளின் தலைவன் ஆனான்.

அவனை நினைத்து வருந்தி, வருந்தி ஒரு நாள் அவன் தாய் மாரடைப்பால் இறந்தும் போனார். அவனுக்கு திருமணம் செய்து வைத்தால், அவன் திருந்த வாய்ப்புள்ளது என்று அவன் தந்தை சக்கரவர்த்தி நினைத்தார். அப்போது

அவருக்கு கிடைத்தது தான் சுமித்ராவின் வரன். இவை எதையும் அறியாத சுமித்ராவின் பெற்றோர், சக்ரவர்த்தியின் வார்த்தைக்கு மதிப்பளித்து, இருவருக்கும் திருமணம் செய்து வைக்க முடிவு செய்தனர். நல்ல முறையில் அவர்களுக்கு திருமணம் நடந்தேறியது.

ஆரம்பத்தில், அன்பு காதல் என இருவரும் இனிமையாக தங்கள் வாழ்க்கை பயணத்தை தொடங்கினர். விதியின் வசனத்தால் அவர்களுக்கு ஒரு குழந்தை பிறந்தது. குழந்தை பேறு முடிந்து தன் தாய் வீட்டிலிருந்து புகுந்த வீடு வந்து சேர்ந்தாள், சுமித்ரா. ராகுலின் நடவடிக்கைகளில் பெரும் மாற்றம் இருந்தது.

ராகுலுக்கு குடிப்பழக்கம் இருந்தது சுமித்ராவுக்கு தெரிந்ததே. ஆனால், அது எல்லை கடந்திருக்கிறது என்பதை அறிந்தாள். சரி செய்து விடலாம் என்று பொறுமையுடன் இருந்தாள். பெண்களுடன் தொடர்பு நண்பர்களை அழைத்துக் கொண்டு வந்து வீட்டில் கும்மாளம் போடுதல் என

ராகுல் சுமித்ராவின் பொறுமையை சோதித்துக் கொண்டே இருந்தான்.

எல்லாவற்றிற்கும் மேலாக தாம்பத்தியம் என்பது கணவனுக்கும் மனைவிக்கும் மட்டுமே சொந்தமான அந்தரங்கம். அதனை திரையிட்டு மற்ற நண்பர்களோடு ரசித்துக் கொண்டிருந்தான் என்பதை அறிந்த சுமித்ரா, எரிமலையாக மாறினாள். தன் குழந்தையை அழைத்துக் கொண்டு தன் அம்மா வீட்டிற்கு சென்று விட்டாள். ராகுலுடன் விவாகரத்து செய்து கொண்டாள். சில காலம் தன் அம்மா வீட்டில் இருந்தாள். பின், தனக்கென ஒரு வேலையையும் வீட்டையும் பார்த்துக் கொண்டாள். தாயும் தந்தையும் தனக்கு உறுதுணையாக இருந்த போதும், திருமணம் என்னும் பந்தம் முறிந்த போதும். யாரையும் குறை சொல்லாமல் தன் தாய் தந்தைக்கு பாரமாக இல்லாமல் தன் வாழ்க்கையை தானே பார்த்துக் கொள்ளலாம் என்று முடிவு செய்து தனியாக தன் வாழ்க்கையை வாழ்ந்து வருகிறாள், சுமித்ரா.

இப்போது மறுபடியும் தன் வாழ்க்கையில் ராகுலால் ஒரு திருப்பம். ராகுல், குழந்தை அத்வைத் தனக்கு வாரிசாக வேண்டும் என்றும், அத்வைத்தை தன்னிடமே கொடுத்து விடுமாறும் வழக்கு தொடர்ந்திருந்தான். அது சம்பந்தமாகவே சுமித்ரா இப்போது மறுபடியும் நீதிமன்ற வாசலை அடைந்திருக்கிறாள்.

11

"வணக்கம், மேடம்" என்று வழக்கறிஞர் சீதாலட்சுமியை பார்த்து கூறினாள்.

"வாம்மா நமக்கு 11 மணிக்கு தான் ஹியரிங். இப்பதான் ஒரு முக்கியமான விஷயம் எனக்கு தெரிஞ்சது" என்று கூறிக்கொண்டே ஒரு பாத்திரத்தை எடுத்து சுமித்ராவின் கண் முன்னே வைத்தார்.

"என்ன இது, மேடம்" என்றாள்.

"சொல்றேன் மா. உன் புருஷன் ஐ அம் சாரி. ராகுல் இப்போ இவ்வளவு நாள் கழிச்சு எதுக்கு அத்வைத் தனக்கே வேணும்னு கேட்டு இருக்கான் தெரியுமா" என்றார்.

"தெரியல மேடம்"

"ம்... உன்னோட மாமனார் மிஸ்டர் சக்கரவர்த்தி, தன்னோட சொத்து எல்லாத்தையும் தன் மகன் ஊதாரி தனமா செலவு பண்ணி அழிச்சிடுவான்னு அதை அத்தனையும் தன்னோட பேரன் அத்வைத் பேர்ல எழுதி வச்சிட்டாரு. அவன் வளர்ந்து

ஆளாகுற வரைக்கும் அந்த சொத்துகளை பராமரிச்சு பாதுகாக்கிற உரிமைகளை அந்த குழந்தையோட பயாலஜிக்கல் மதர் ஆன சுமித்ரா ராமச்சந்திரன் அதாவது உன் பேர்ல எழுதி வச்சிருக்கார்மா" என்று கூறி நிறுத்தினார்.

சுமித்ராவுக்கு என்ன கூறுவது என்றே புரியவில்லை.

"ராகுல் ஓட அப்பா சக்கரவர்த்தி சார் தான் என்கிட்ட இந்த பாத்திரத்தை கொடுத்தார். உள்ள தான் வெயிட் பண்றாரு உன்கிட்ட பேசணுமா பேசிட்டு வா. அதுக்கப்புறம் என்ன பண்றதுன்னு நாம யோசிக்கலாம்" என்றார்.

ஒரு பெருமூச்சு விட்டு சிறு தயக்கத்துடன் சக்கரவர்த்தியிடம் சென்றாள். ஏசி ரூமில் ஸ்பிரிங் ரோலிங் சேரில் அமர்ந்து பிசினஸ் டிலிங்ஸை கவனிக்கும் மா மனிதர் இப்போது வெள்ளை நிற வேஷ்டி சட்டை அணிந்து வாக்கிங் ஸ்டிக்கை வைத்துக்கொண்டு பென்ச்சில் அமர்ந்து கொண்டு இருந்தார். அதை

பார்த்தவளுக்கு சற்று மன வருத்தமாக இருந்தது.

"வாம்மா, நல்லா இருக்கியா? அத்வைத் எப்படி இருக்கான்" என்று அன்போடு விசாரித்தார்.

"நல்லா இருக்கோம்," என்று மெதுவாக அவர் முகத்தை பார்க்காமல் தயக்கத்துடன் பதிலளித்தாள். அவளுக்கு அவர் முகத்தை பார்க்க வருத்தமாக இருந்தது.

"இந்த மாதிரி நான் ஒரு பாத்திரம் எழுதி இருக்கேன்னு தான், ராகுல் என் மேல கோவமா இருக்கான். எனக்கு அத பத்தி கவலை இல்லை. இந்த சொத்து எல்லாம் மூணு தலைமுறையா என் தாத்தா, அப்பா, நான் அப்படின்னு கஷ்டப்பட்டு சம்பாதிச்சது. இது எல்லாத்தையும் கரையான் அரிக்கிற மாதிரி அரிச்சுட்டு இருக்கான். அத காப்பாத்த தான் இந்த முடிவு செய்தேன்.

இதனால தான் அவன் அத்வைத் வேணும்னு கேட்டு, கேஸ் போட்டு இருக்கான். நீ கவலைப்படாத. இந்த கேஸ் நிக்காது. குழந்தை அம்மாவோட வளர்ரது தான் சரி. உன்கிட்ட வளர்ந்தா

தான் அவன் ஒரு நல்ல மனுஷன் ஆவான். நானே, அவன் சொத்துக்காக தான் குழந்தையை கேக்குறான்னு சாட்சி சொல்கிறேன்," என்று கூறி நிறுத்தினார்.

கண்களில் கண்ணீரோடு கையெடுத்து கும்பிட்டவள்,

"இனி என் வாழ்க்கையில் எனக்குன்னு இருக்கிறது என் மகன் மட்டும்தான். அவனையும் நான் இழக்க வேண்டி வருமோன்னு ரொம்ப பயந்துட்டேன், ரொம்ப நன்றி," என்று கையெடுத்து கும்பிட்டாள்.

"உனக்கு நான் பெரிய தப்பு பண்ணிட்டேன்மா. கல்யாணம் பண்ணி வச்சா எல்லாம் சரியாயிடும்னு, ஒரு பொண்ணோட வாழ்க்கையை நான் கெடுத்துட்டேன்," என்று கூறி கண்கலங்கினார். அவர் கண் கலங்கியது அவளுக்கு மிகவும் வருத்தமாக இருந்தது.

"மாமா...," என்று அழைத்தவளை ஆச்சரியமாக பார்த்தார்.

"யார் மேலயும் தப்பு இல்லை. அவர திருத்தறதுக்கு நான் அவரை

கல்யாணம் பண்ணிக்கல. அவரோட சந்தோஷமா வாழ நினைச்சேன் அது நடக்கல", என்று மட்டும் கூறி அமைதியானாள்.

"உன்ன வீட்டுக்கு வான்னு அழைக்க ஆசைதான். ஆனா, நீ வர மாட்டேன்னு எனக்கு தெரியும். நீ இருக்கிற இடத்துல இருந்தே, நம்ம குடும்ப சொத்த பராமரிக்கிற பொறுப்பை உன்கிட்ட கொடுக்கிறேன்மா. இது எல்லாத்தையும் அத்வைத் கிட்ட சேர்த்திடு. நிச்சயமா நானும் கெளரியும் பண்ண தப்ப, நீ செய்ய மாட்டேன்னு எனக்கு தெரியும். நீ உன் பையன நல்லபடியா வளர்ப்பேன்னு எனக்கு நம்பிக்கை இருக்கு. அதோட இந்த சொத்துக்கள் எல்லாம் நிச்சயமா வாழ்க்கை பூரா உனக்கு பெரிய பாதுகாப்பாகவும் பலமாகவும் இருக்கும்.

ஒரு காலத்துல நீ மனசு மாறினா, என் பையனோட வாழ்றதுக்குன்னு இல்ல, இந்த மாமனார பாத்துக்கலாம்னு நீ நெனச்சா? வாம்மா, நம்ம வீட்டு வாசல் உனக்காக காத்துட்டு இருக்கு," என்று கூறியவரை கண்ணீரோடு பார்த்தாள்.

"நாளைக்கே எனக்கு ஏதாவதுன்னா, என் கடைசி காரியங்களை செய்ய நீயும் அத்வைத்தும் வருவீங்களா? ", என்று கூறிக் கொண்டே கண்ணீர் விட்டார்.

என்ன பேசுவது என்ன பதில் கூறுவது என்று புரியாமல் கண்களில் கண்ணீரோடு நின்று கொண்டிருந்தாள்.

வக்கீல் சீதாலட்சுமி, சுமித்ராவிற்காக வாதிட்டு, அத்வைத் தன் தாயிடம் வளர்வது தான் சரி என்று நீதிபதி தீர்ப்பு வழங்கும் படி செய்தார். மேலும், சக்கரவர்த்தியின் சொத்துக்கள் அனைத்தையும் சுமித்ரா தன் வீட்டிலிருந்தே பராமரிக்கும் உரிமையை பலப்படுத்திக் கொடுத்தார்.

மனநிறையுடன் நீதிமன்றத்தில் இருந்து வெளியே வந்தாள், சுமித்ரா. ராகுல் தன்னை முறைத்தபடியே காரல் ஏறி சென்றான். அதையும் கவனித்தாள். தானும் ஒரு ஆட்டோவில் ஏறி வீட்டிற்கு சென்றாள். போகும் வழியில் காலையிலேயே ஒரு ஆட்டோ ஓட்டுனருக்கு பணம் செலுத்த வேண்டி இருந்ததே அதை மறக்காமல் செலுத்தினாள்.

12

தன் அம்மா வீட்டு வாசலில் வந்து இறங்கினாள். அப்பா குழந்தை அத்வைத்துக்கு சைக்கிள் ஓட்ட கற்றுக் கொடுத்துக் கொண்டிருந்தார். அங்கேயே நின்று தன் மூன்று வயது மகன் சைக்கிள் ஓட்டுவதை பார்த்து ரசித்துக் கொண்டிருந்தாள். எந்த கவலையும் தெரியாமல் தன் தாத்தாவோடு விளையாடிக் கொண்டிருந்த குழந்தையை பார்த்தவர்களுக்கு வருத்தமாகவும் இருந்தது, அதே சமயத்தில் தன் குழந்தைக்கு தான் மட்டும் தான் இருக்கிறோம். அவனை நல்ல முறையில் வளர்த்து ஆளாக்கி மாமாவினுடைய சொத்துக்களை பராமரிக்கும் திறமையை அவனுள் வளர வைக்க வேண்டும் என்று எண்ணி துணிவு கொண்டாள்.

அப்பாவும் மகள் வீடு திரும்பியதை பார்த்து குழந்தையை தூக்கிக் கொண்டு சுமித்ராவிடம் வந்தார். சுமித்ராவின் அருகில் வந்ததும் தன்னை பெருமையுடன் பார்த்து சிரித்துக் கொண்டே வந்த குழந்தை தன்னிடம்

பாய்ந்து வந்ததை பார்த்து பூரித்து போனாள்.

"அம்மா, நானே இன்னைக்கு அங்க இருந்து இங்கே வரைக்கும் தனியா சைக்கிள் ஓட்டுனேன் ", என்று வீட்டு வாசலில் இருந்து கேட்டு வரை ஓட்டியதை பெருமையாக கூறினான் அத்வைத்.

"அப்படியா கண்ணா, நீயே ஓட்னியா," என்று ஆர்வமாக தன் குழந்தை பேசுவதை கேட்டாள்.

"இனிமே நீ ஆட்டோ எல்லாம் பிடிக்க வேண்டாம். நானே உன்னை ட்ராப் பண்ணுவேன்," என்று அத்வைத் கூறியதை கேட்டவள்.

"நீயே ட்ராப் பண்ணுவியா? நீயே ட்ராப் பண்ணுவியா? " என்று கேட்டுக் கொண்டே அவனை தூக்கி குலுக்கினாள். அதற்கு குழந்தை அத்வைத்தும் பால்மணம் மாறாத கள்ளம் கபடம் இல்லாத சிரிப்பு மழையை பொழிந்தான். தன் மகளும் பேரனும் சிரித்து விளையாடுவதை பார்த்த சுமித்ராவின் பெற்றோர் ஆனந்தமடைந்தனர்.

இரவு தன் அம்மா வீட்டிலே தங்கினாள், சுமித்ரா. உணவு உண்ணும் போது,

"நாளைக்கு காலைல எப்ப மா கிளம்பனும்?", என்ற அம்மா கேட்க.

"காலைல 9:30-க்கு பிளைட் மா போயிட்டு அடுத்த நாள் சாயந்திரம் வந்துடுவேன்"

"நீ போயிட்டு வாடா. நான் பார்த்துக்கிறேன்," என்று தன் அம்மா கூறியதை கேட்டு மகிழ்ந்தாள்.

"எனக்கு ரொம்ப சந்தோஷமா இருக்குமா, எங்க பொண்ண நல்லா வளர்த்திருக்கோம்ன்னு நினைக்கும் போது," என்று தன் தந்தை கூறியதை கேட்டாள்.

"அவ்வளவு சொத்தும், அதை பராமரிக்கிற பொறுப்பும், உன்கிட்ட கொடுத்து இருக்காரு, ஆனா நீ அதையெல்லாம் நான் இருக்கிற இடத்தில் இருந்து தான் பாதுகாப்பேன். எனக்கு அந்த சொத்துல இருந்து ஒரு ரூபாய் கூட வேண்டாம்ன்னு சொன்ன, அதக் கேட்கும் போது மனசுக்கு

சந்தோஷமா இருக்குமா. எங்க பொண்ண நல்ல மனசோட தன்மானத்தோடு வளர்த்திருக்கோம்னு பெருமையா இருக்குமா," என்று கூறினார்.

"வாழ்க்கையில எவ்வளவு பெரிய சிக்கல் வந்தாலும், தான் எடுத்த காரியத்தை நல்ல விதமா முடிச்சே தீருவேன்னு, நாங்க சொல்றதுக்கு இந்த பிளைட் டிக்கெட் தான்மா சாட்சி. உங்க நாலு பேரோட கனவு நினைவாயிருச்சுடா, பெருமைப்படு, சந்தோஷப்படுடா," என்று தந்தை கூறியதை கேட்டு மகிழ்ந்தாள்.

அவளுங்கு வார்த்தையே வரவில்லை. இரவு உணவும் இறங்கவில்லை. அத்வைத்தை உறங்க வைத்துவிட்டு, தன் அம்மா மடியில் வந்து படுத்துக் கொண்டாள்.

"அம்மா நான் குடும்பமா வாழலனு உனக்கு வருத்தமா?," என்று கேட்டாள்.

"இல்லம்மா, அப்படி எல்லாம் ஒன்னும் இல்ல," என்று தன் அம்மா தலையை கோதி விட, அப்பாவும் அருகே வந்து அமர்ந்தார்.

"சொந்தக்காரங்க ஏதாவது சொல்வாங்கன்னு வருத்தப்படுறீங்களா?", என்றாள்.

"எந்த சொந்தக்காரங்க என்ன சொன்னாலும் எனக்கு கவலை இல்லை. என் பொண்ண பத்தி எனக்கு தெரியும். நான் ஒன்னும் அவளை இன்னொருத்தரோட வாழ்க்கைய திருத்துறதுக்காக கல்யாணம் பண்ணி வைக்கல. அவரோட அவ வாழ்க்கைய பகிர்ந்துக்கவும் சந்தோஷமா இருக்கவும் தான் கல்யாணம் பண்ணது. அது இல்லன்னும் போது உன்னோட சுயமரியாதை இழக்க வேண்டி வரும் போது என்ன செய்ய முடியும். சகிச்சுக்கிட்டு வாழ்ந்து என்ன செய்யறது?

அத்வைத், இப்ப விவரம் தெரியாத குழந்தை. நாளைக்கு சகிச்சுக்கிட்டு வாழ்கிற வாழ்க்கைனால, அவனுடைய எதிர்காலம் பாதிச்சா? அவனும் ராகுல் மாதிரியே ஆயிட்டா? அந்த வம்சம் என்ன ஆகும்? அந்த தலைமுறையவே அழிய விட்றதா?

ஒன்னு நிலத்துல களை எடுக்கணும். அந்த நிலமே பயிர் வளர உதவாதுங்கும்போது, அந்த நாத்த அது வளர உகந்த பூமியில் வளர விடனும். அப்பதான் நாம எதிர்பார்க்கிற பயிர் கிடைக்கும்.

நீ எடுத்த முடிவு சரியானதுதான் நாங்க உன் கூட உறுத்தனையா இருக்கோம். கவலைப்படாதடா," என்று அம்மா கூறினார்.

அதைக் கேட்டவளுக்கு மனதிற்கு ஆறுதலாக இருந்தது.

"நீ நாளைக்கு நடக்க போற பெரிய சங்கமத்தை பத்தி யோசிச்சு பாரு. ஒரு பானை சோறுக்கு ஒரு சோறு பதம்னு சொல்லுவாங்க. நீ உன் வாழ்க்கையில் செஞ்ச ஒரு சின்ன விஷயம், எவ்வளவு கஷ்டம் வந்தாலும் நீ அதை செய்ய தவறல்ல, அது இப்போ எவ்வளவு பெரிய பெருமைய உனக்கு கொடுக்கப்போகுது தெரியுமா?", என்று அம்மா கூறினார்.

அதைக் கேட்டவள் கண் கலங்கினாள். பன்னிரண்டு ஆண்டுகளாக தானும் தன் சக

தோழிகளும் சேர்ந்து செய்த ஒரு செயல் ஒரு இமாலய வெற்றி அடைந்துள்ளது என்று நினைத்து பெருமை கொண்டாள் சந்தோஷமாக உறங்கச் சென்றாள்.

13

காலை எழுந்து தன்னுடைய புதிய பயணத்துக்கு தயாரானாள். குழந்தையை தன் தாய் தந்தையின் பொறுப்பில் விட்டு விட்டு, விமான நிலையம் சென்றடைந்தாள். அங்கிருந்து மைதூருக்கு செல்லும் விமான பயணிகள் காத்திருக்கும் இடத்திற்கு சென்றாள்.

அங்கே நிறைய பயணியர் காத்துக் கொண்டிருந்தனர். அதில் ஒரு பெண் சாம்பல் நிற காட்டன் புடவை அணிந்து, முன் வரிசையில் அமர்ந்திருந்தாள். அவள் பின்னே நின்று தன் கைகளால் அவள் கண்களை மூடினாள், சுமித்ரா.

அவள் கைகள் இவள் கண்களை மூடியதும், அவள் கண்களும் கலங்கியது, இவள் உதடும் புன்னகைத்தது. தன் கண்களை மூடிய கைகளை பற்றினாள், சந்தோஷமாக எழுந்து திரும்பி தன் ஆசை தோழியை கட்டி அணைத்துக் கொண்டாள், சிந்து.

நீண்ட நாட்களுக்குப் பிறகு, தங்களை தாமே வேறு ஒரு

பரிமாணத்தில் பார்த்துக் கொண்டனர் இருவரும். இருவரது உடையும் தோற்றமும் மட்டுமே மாறி இருந்தது. ஆனால், மனம் அதே போல புத்துணர்ச்சியுடன் இருந்தது.

"நிச்சயமா உன்னை பார்ப்பேன்னு நினைச்சுட்டே வந்தேன்," என்றாள் சுமித்ரா.

"நானும் தான். கண்டிப்பா நீ வருவேன்னு காத்துட்டு இருந்தேன்," என்றாள் சிந்து.

இருவரும் அமர்ந்து சிறிது நேரம் பேசிக் கொண்டிருந்தனர். தங்கள் விமானம் வந்தடைந்தது என்றும் அதில் பயணிக்கும் பயணிகள் முன்னே வரவும் என்றும் ஒலிபெருக்கி மூலம் கூறியதை கேட்டு இருவரும் முன்னே சென்றனர்.

இவர்கள் கல்லூரியில் படிக்கும் போதிருந்தே சுமித்ராவே அதிக பொறுப்புடன் அனைவரையும் கவனித்துக் கொள்வாள். அது இப்போதும் மாறவே இல்லை. சிந்துவை முன்னே நிற்கச் செய்து அவளை முதலில் செக்யூரிட்டி செக்கனுக்குள் அனுப்பி வைத்துவிட்டு அவள் வெளியே

வந்தவுடன், சுமித்ரா உள்ளே சென்றாள். இருவரும் அங்கே நின்றிருந்த பஸ்ஸில் ஏறி தங்கள் விமானத்தின் அருகில் வந்து சேர்ந்தனர்.

அங்கே தங்கள் விமானத்தில் ஏறி அவரவர் இருக்கைகளில் அமர்ந்தனர்.

"எவ்வளவு சந்தோஷமா இருக்கு தெரியுமா? என்னால நம்பவே முடியல", என்று தன் உணர்வுகளை ஜன்னல் பக்கம் அமர்ந்திருந்த சிந்து கூறினாள்.

"உண்மைதான். இந்த பொண்ணு இவ்வளவு பெரிய மனுஷாயிட்டாளா? நமக்கு ௃பிளைட்ல டிக்கெட் புக் பண்ணி நம்மள கூப்பிட்டு இருக்கானா பாரேன்," என்று சுமித்ராவும் கூற, இருவரும் தங்கள் சந்தோஷத்தை வெளிப்படுத்தி கொண்டனர்.

சிறிது நேரம் அமைதி காத்த இருவரும் மேலும் பேசத் தொடங்கினர்.

"வாழ்க்கையில சில விஷயம், ஏன் நடக்குது? ஏன் நடந்ததுன்னு யோசிக்க வைக்குது இல்ல," என்று கேட்டாள், சுமித்ரா.

"உண்மைதான் எல்லாமே எல்லாரும் ஆசைப்படுற மாதிரி நடந்துட்டா, வாழ்க்கையில சுவாரசியமே இல்லாம போயிடும் இல்ல," என்று கூறிய அப்படியே ஜன்னல் வழியே அந்த மேக கூட்டங்களை கண்டு ரசித்தாள் சிந்து.

"எல்லாமே எல்லாரும் ஆசைப்படற மாதிரி நடக்க வேண்டாம். ஆனா, வாழ்க்கையை சுவாரசியமாக்க நம்ம வாழ்க்கை தான் கடவுளுக்கு கிடைச்சுதா," என்ற ஆவேசமாய் கேட்டப்படியே சிந்துவை பார்த்தாள் சுமித்ரா.

சுமித்ராவை பார்த்து புன்னகைத்தாள், "அங்கே அந்த மேகக் கூட்டங்களை பாரேன், பார்க்க பஞ்சு மாதிரி தெரியுது இல்ல, ஆனா அது பஞ்சு கிடையாது. அது நமக்கும் தெரியும். ஆனா நம்ம கண்ணுக்கு அப்படி தெரியுது. அதே மாதிரி தான், நம்ம வாழ்க்கையும் அழகா இருக்குன்னு நினைச்சா அழகா தெரியும். இல்லன்னா.... அப்படித்தான்", என்று கூறி நிறுத்தினாள்.

"உனக்கு தெரியாது சிந்து, கல்யாணம் ஆகி அஞ்சு வருஷம் ஆச்சு. ஆனா கல்யாணம் ஆன மூணாவது வருஷமே, அந்த பந்தம் முடிஞ்சு போச்சு. அவன் குடிச்சது, கூத்தாடினது இதையெல்லாம் நான் பெருசா எடுத்துக்கல. ஆனா, என்னோட அந்தரங்கமான உணர்வுகளை படம் எடுத்து, அவன் நண்பர்களோடு சேர்ந்து ரசிச்சிட்டு இருந்ததை பார்த்ததும்…," என்று கூறியபடியே முகத்தை வேறு திசையில் திருப்பினாள். அவள் கண்கள் கலங்கியது அதை மறைத்தாள்.

அவள் உணர்வுகளை மதித்தவள், சற்று நேரம் அமைதியாக இருந்தாள். "உன் மனசு ரொம்ப வலிச்சிருக்கும்ன்னு எனக்கு புரியுது. நீ அந்த நாட்களையும், அந்த சம்பவங்களையும் கடந்து வந்துட்ட. இனி நடந்து முடிஞ்ச அந்த சம்பவங்களை மாத்த முடியாது. அப்படி இருக்கும்போது, நீ அதையே யோசிச்சு உன் மனசையும் நிகழ்காலத்தையும் குழப்பிக்கிட்டு இருக்கிறது சரியா? இனி வர்ற காலங்கள் அழகானதா இருக்கும். அதை அழகாக்குறது உன் கையில தான்

இருக்கு. நீ நடந்ததையே யோசிச்சு வருத்தப்படாதே. உன் மகன பாரு, அவன் உன்ன பார்த்து தான் சிரிக்கிறான். நீ அழுதா அவன் சிரிக்க மாட்டான். அவன் வளரும் போது நீயும் மறுபடியும் வளர்ந்து வா. அவன் சந்தோஷத்துல உன் சந்தோஷத்தையும் பாரு," என்றாள் சிந்து.

தன் கண்களை துடைத்துக்கொண்டே, சிரித்த படிய தன் போனில் இருந்த தன் மகனின் புகைப்படத்தை காண்பித்தாள் சுமித்ரா.

"அப்படியே உன்ன மாதிரியே தான் இருக்கான்", என்று சிந்து கூற,

"உன் ∴பேமிலிய காட்டு," என்றாள் சுமித்ரா.

சற்றும் தயங்காமல் தன் ∴போனில் இருந்த தன் கணவனும் தன் மகன் குருவும் இரண்டு ஆண்டுகளுக்கு முன் எடுத்துக்கொண்ட புகைப்படத்தை காண்பித்தாள். அதைப் பார்த்த சுமித்ரா,

"வாவ் குழந்தை ரொம்ப அழகா இருக்கான். தப்பா நினைக்காத, அவரை மாதிரியே இருக்கான்", என்று சிரித்தாள்.

பதிலுக்கு சிந்துவும் சிரித்தாள். அடுத்தடுத்து ∴போட்டோசை பார்த்துக்கொண்டே சென்றாள், சுமித்ரா.

"ஏன் அவர் அதிகமா ∴போட்டோஸ்ல எல்லாம் நிக்க மாட்டாரா," என்றாள் சுமித்ரா.

"இப்ப எல்லாம் அவருடைய ∴போட்டோ தான் எனக்கு எல்லாமே," என்று கூறி புன்னகைத்தாள் சிந்து.

ஏதோ யூகித்தவள், சற்று அமைதியானாள். ∴போட்டோசை நிதானமாக ஸ்வைப் செய்தாள். அவள் கை விரல்கள் நடுங்கியது. மெதுவாக சிந்துவை பார்த்தாள், எத்தனை பெரிய சோகத்தை மனதில் சுமந்தபடியே முகத்தில் புன்னகையை சுமக்கிறாள் என்று எண்ணியப்படியே தன் தலையை அவள் தோள் மீது சாயத்தாள் இருவருமே சற்று நேரம் அமைதியாக இருந்தனர்.

"நானும் இந்த மாதிரி தான் இருந்தேன், ரொம்ப வருத்தப்பட்டேன், அழுதேன், வாழ்க்கையே நின்னு போச்சுங்கிற மாதிரி இருந்தது, எல்லாரும் ஆறுதல் சொன்னாங்க. அம்மா, அப்பா, அத்தை,

மாமான்னு எல்லாரும் இருந்தாங்க. என் பையன் ரெண்டு வயசு தான் அப்போ, அவனுக்கு எதுவுமே தெரியல, என்கிட்ட தான் வந்தான். அப்பதான் புரிஞ்சது, எத்தனை பேர் இருந்தாலும், என்னை மட்டுமே நம்பி இந்த உலகத்துல ஒரு ஜீவன் இருக்கு. அதுக்கு அம்மாவாவும் அப்பாவாவும் இருந்து இனி நான் தான் அவனை பார்த்துக்கனும்னு முடிவு பண்ணனேன்.

எந்த வருத்தமும் வேண்டாம். அழுகையே இனி இருக்கக் கூடாதுன்னு முடிவு பண்ணனேன். அவருடைய இடத்துல இருந்து நான் பார்த்துக்கிறேன்னு பொறுப்ப ஏத்துக்கிட்டேன். அவரோட வாழ்ந்து வாழ்க்கை என் மனசுல காவியமா இருக்கு. அவரோட நிழல எனக்கு துணையாக்கிட்டேன். அவரோட நினைவா அவர் உருவப் படத்தை என் உயிரா வச்சிகிட்டேன். ரெண்டு வருஷம் ஆயிடுச்சு, என்னால முடிஞ்சவரை அவரோட அம்மா அப்பாவ சந்தோசமா பாத்துக்குறேன். அவங்களும் எனக்கு துணையா இருக்காங்க. வாழ்க்கைய அழக வாழ முடிஞ்ச வர போராடிட்டு

இருக்கேன். எல்லாம் நல்லா தான் போகுது," என்று நிதானமாக தன் கடந்து வரும் பயணத்தைப் பற்றி கூறினாள் சிந்து.

"என்ன பதில் சொல்றதுன்னு தெரியல. நான் என்னோடது தான் பெரிய கவலைன்னு நினைச்சேன். நீ என்ன சாந்த படுத்தின. ஆனா, உனக்கு என்ன பதில் சொல்றதுன்னே எனக்கு தெரியல," என்று மன வருத்தத்துடன் பதில் அளித்தாள் சுமித்ரா.

தலையை அசைத்து சிரித்தபடியே மேகக் கூட்டங்களை ரசிக்கத் தொடங்கினாள் சிந்து. கல்லூரி படிக்கும் போதிருந்தே அதீத பொறுப்புடன் இருந்தவள் சுமித்ரா தான். அதை நாம் முன்பே பார்த்தோம். இப்போது இங்கே நடந்த உரையாடல்களை பற்றி யோசித்துக் கொண்ட இருவருமே ஒருவரை ஒருவர் பார்த்து சிரித்துக் கொண்டனர். அதிக பொறுப்புடன் இருந்த சுமித்ரா, தன் வாழ்க்கை தனக்கு கற்றுக் கொடுத்திருந்த பாடத்தினால் சற்று நிதானத்தை இழந்து இருந்தாள். சிந்து தன் வாழ்க்கை தனக்கு கற்று

கொடுத்திருந்த அனுபவத்தினால் அறிவு, மனம் முதிர்ச்சி அடைந்து காணப்பட்டாள்.

14

வாழ்க்கையில் ஏற்ற இரக்கங்கள் உண்டு, ஒவ்வொரு படி ஏறும் போதும் உடலுக்கு சிரம்மமாகவே இருக்கும். மனதிற்கு சுகமாக இருக்கும். ஏரி சென்றுவிட்டால் சிரமம் கூட மறைந்து போகும். வானில் பறந்து கொண்டிருந்த விமானம் காடு, மலை, ஏறி, குளம், சாலை கடந்து விமான நிலையம் வந்து தரை இறங்கியது.

சிந்துவும் சுமித்ராவும் சக பயணியருடன் விமான நிலையத்தினுள் நுழைந்தனர். தங்கள் பெட்டிகளை எடுக்க அந்த த்ரெட் பெல்டின் அருகில் சென்று காத்துக் கொண்டிருந்தனர். அப்போது நீல நிற அனார்கலி குர்த்தி அணிந்திருந்த பெண், அவ்விருவரின் தோள்களின் மீது கை வைத்தபடியே அவர்களை தன் தோளோடு சாய்த்துக் கொண்டாள். அது யார் என்று அறிந்த இருவருமே புன்னகையோடு அவளை திரும்பி பார்த்தனர்.

இருவரையுமே தன் தோளோடு கட்டி அணைத்து தன் ஆனந்தத்தை வெளிப்படுத்தினாள்,

நர்மதா. மூவருமே மிகுந்த சந்தோஷமாய் கட்டி அணைத்து மகிழ்ந்ததை அங்கிருந்த அனைவருமே பார்த்து ஆனந்தம் அடைந்தனர்.

∴பார்மலாக சுடிதார் அணிந்து கல்லூரிக்கு சென்று வந்த பெண்கள் அவர்கள். கல்லூரி படிப்பு முடிந்து மூவரும் மூன்று திக்குகளுக்கு சென்றனர். வேலை, கல்யாணம், குழந்தை, வாழ்க்கை என பல அனுபவங்களை கற்றுக் கொண்டும், சுமந்து கொண்டும் இருந்தனர். இப்போது அழகான நீல நிற அனார்கலி அணிந்து, முக ஒப்பனைகள் செய்து, அணிகலன்கள் அணிந்து, லூஸ் ஹேருடன் காணப்படுகிறாள் முதலாம் அவள். சாம்பல் நிற காட்டன் புடவை அணிந்து, ஒப்பனை இல்லாத அழகுடன் ஒரு பின்னல் ஜடை அணிந்து காணப்படுகிறாள் இரண்டாம் அவள். சாம்பல் நிற ஜீன்ஸும், வெள்ளை நிற லாங் குர்த்தியும் அணிந்து, போனிடேய்லுடன் திடமாக காணப்படுகிறாள் மூன்றாம் அவள்.

மூவருமே தங்கள் பெட்டியுடன் விமான நிலைய

வாசலுக்கு வந்து சேர்ந்தனர். அங்கே, "டாக்ஸி, டாக்ஸி," என்று கேட்ட வண்ணம் இருந்தனர். ஒரு டாக்ஸி ஓட்டுனரை அழைத்தனர். அவரும் வரவே "எங்க ட்ராப், மேடம்?", என்று கேட்டார்

மூவருமே ஒருவரை ஒருவர் பார்த்துக் கொண்டனர். தங்கள் வாழ்க்கையில் ஒரு முக்கியமான பயணத்தை தொடங்கிய ஊருக்கு இப்போது மறுபடியும் பயணம் செய்ய ஆசை கொண்டனர்.

"கபினி," என்று நர்மதா அந்த ஓட்டுனரிடம் பதில் அளித்தாள்.

மூவருமே பின் இருக்கையில் அமர்ந்தனர். நர்மதாவும் சுமித்ராவும் இரு ஓரங்களில் அமர, சிந்து நடுவில் அமர்ந்தாள். மூவரும் இணைந்து தங்கள் பயணத்தை தொடங்கினர்.

15

அமராவதி

சுமார் 12 ஆண்டுகளுக்கு முன்பு கோவை பிஎஸ்ஜி கலை அறிவியல் கல்லூரியில் இளங்கலை கணிதம் கணினி பயன்பாட்டு துறையில் நர்மதா, சிந்து, சுமித்ரா ஆகியோர் படித்து வந்தனர்.

அமராவதி, கிளாஸ் ரெப்ரசன்டேட்டிவ் அனைவருக்கும் முன்னோடி. பொறுப்பான தைரியமான பெண். தன் கருத்துக்களை மிகவும் தெளிவாக அனைவரும் ஏற்றுக்கொள்ளும்படி எடுத்து வைக்கும் பக்குவம் கொண்டவள். அதே சமயத்தில் எதிர்ப்புறம் பேசுவோர் என்ன பேசுகிறார்கள் அவர்களின் கருத்து நியாயமானதுதானா என்று அனைத்து விதமாகவும் யோசித்து நல்ல முடிவு எடுக்கும் திறன் கொண்டவள்.

நர்மதா, சிந்து, சுமித்ரா, அமராவதி நால் வரும் நல்ல நெருங்கிய தோழிகள். இவர்கள் நால்வரின் குணாதிசயங்களும்

வெவ்வேறு. ஆனால் அவர்களது குறிக்கோள் ஒன்றாக இருந்தது.

நர்மதா பரீட்சை சமயத்தில் அனைவரும் தேடும் தெய்வம் அவளே. ஆனால், பரீட்சை அறைக்குள் நுழைந்தால் யாரையும் ஆசீர்வதிக்காத தெய்வமும் அவள் தான். ரேங்க் ஹோல்டர், பிரகஸ்பதி என்று அனைவரும் அழைப்பார்கள். அனைவரையும் ஒரு புன்னகையோடு நடத்திச் செல்வாள். ஆசிரியர்களின் பிரியமான மாணவி. யாரையும் புண்படுத்தாத அன்பான மனம் கொண்டவள், நர்மதா. கல்லூரி பேராசிரியராக வேண்டும் என்று மிகுந்த ஆசையுடன் அதற்காக உழைத்துக் கொண்டிருந்தாள்.

சிந்து நர்மதாவுக்கு அடுத்த தெய்வம். பரீட்சை ஹாலில் கூட பேப்பர் காண்பித்து ஆசீர்வாதம் செய்வாள். அழகான ஆடைகள் அணிய அவளுக்கு ரொம்ப பிடிக்கும். சிகை அலங்காரங்கள் செய்ய அரை மணி நேரம் ஒதுக்குவாள். மேட்ச் ஆன அணிகலங்களும் பொட்டும் தேர்ந்தெடுப்பாள். ரெப்ரசன்டேட்டிவாக

இருக்க வாய்ப்பு கொடுத்தாலும் ஏற்கமாட்டாள்.

"நமக்கு இந்த பொறுப்ப ஏத்துக்கிற வேலையே ஆகாது. நிம்மதியா உக்காந்துட்டு இருந்தா போதும்" என்று அழுத்துக் கொள்வாள். பள்ளி ஆசிரியராக வேண்டுமென்பாள். ஆனால், "கல்யாணம் ஆகி செட்டில் ஆன போதும். வேலைக்கு போகவே கூடாது" என்றும் கூறுவாள்.

சுமித்ரா மூன்று ஆண்டுகள் இளங்கலை படிப்பில் சுமார் ஒன்றரை ஆண்டு கிளாஸ் ரெப்ரசன்டேட்டிவாக இருந்தாள். வெளியூர்களுக்கு சென்றால் அனைவரையும் கட்டுக்கோப்பாக அழைத்து செல்பவள் அவளே. அனைவருக்கும் ஏதேனும் குறைகள் உள்ளதா ஏதேனும் தேவைகள் உள்ளதா என்று கேட்டு உதவி செய்பவளும் அவளே. பிசினஸ் மேனேஜ்மென்ட் முடித்து ஒரு வேலையில் சேர்ந்து அனுபவம் கொண்டு ஒரு நிறுவனத்தை நடத்த வேண்டும் என்று ஆசை கொண்டாள். அதோடு அழகான கணவன் அன்பான குழந்தை என்று ஒரு

நிம்மதியான வாழ்க்கையை எதிர்நோக்கி காத்திருந்தாள்

அன்று காலை அமராவதியை ஸ்டாஃப் ரூமுக்கு அழைக்க அவளும் விரைந்து சென்றாள். அவளுடன் மற்ற மூவரும் கூட இணைந்தார்கள். அமராவதி உள்ளே சென்று ஆசிரியரை சந்தித்தாள். வெளியே மற்றும் மூவரும் செல்ஃபி எடுத்து விளையாடிக் கொண்டிருந்தனர். வெளிய வந்த அமராவதி,

"ஏய், ஏண்டி இங்க நின்னு கத்துறீங்க? அவங்க எல்லாரும் என்ன கத்துறாங்க," என்றாள் கோவமாக.

" ஏய், நேச்சுரல் லைட்ல போட்டோ நல்லா வருதுடி, வா வந்து நீயும் நில்லு," என்று சிந்துவும் செல்லமாக கடிந்து கொண்டாள்.

"நீங்க பண்ற வேலை, நம்ம எல்லாருக்கும் பங்கமா முடிய போகுது. பேசாம கிளம்புங்க, வாங்க," என்று அனைவரையும் இழுத்துக் கொண்டு கிளாஸ் ரூமுக்குள் சென்றாள்.

அனைத்து மாணவர்களும் பேசிக் கொண்டும் அரட்டை அடித்துக் கொண்டும் இருந்தனர். இவர்கள் நால்வரும் உள்ளே நுழைவதை பார்த்த அனைவரும்

"ஏதேனும் சங்கதி உள்ளதா? ", என்று விசாரித்தனர்

"சி, நம்ம எல்லாரும் ட்ரிப் போறோம்," என்றாள் அமராவதி.

"ட்ரிப்பா ஐ வி பைனல் இயர்ல தான," என்று ஒரு மாணவன் கேள்வி எழுப்பினான். அது கணிதம் கணினி பயன்பாட்டு துறை ஆதலால் மாணவிகளின் எண்ணிக்கையே அதிகம். அத்திப்பூ பூத்தது போல இரண்டே மாணவர்கள் தான், அவர்கள் வகுப்பில் இருந்தனர்.

"ஆமா ஐ வி பைனல் இயர்ல தான். இது இ வி", என்று பதில் அளித்தாள்.

"இ வி யா", என்று நர்மதா கேட்க.

"என்-சயின்ஸ் விசிட், புரியுதா ", என்றாள் அமராவதி.

"சரி, ஏதோ எங்கேயாவது கூட்டிட்டு போங்கப்பா", என்று மற்றும் ஒரு மாணவன் குதுகலமானான்.

"சரி, எங்க போறோம்?", என்று சுமித்ரா ஆர்வமாக கேட்டாள்.

"மைசூர்ல...," என்று பதில் அளிக்க வந்தவளை நிறுத்தி.

"என்ன உங்க வீட்டுக்கு கூட்டிட்டு போய் உப்புமா செஞ்சு போட போறியா? ", என்று சிந்து விளையாட்டாக கேட்டாள். ஏனென்றால், அமராவதியின் சொந்த ஊர் மைசூர். அங்கே பெரும்பாலான வீடுகளில் காலை உணவு உப்புமாவாகவே இருக்கும்.

அனைவரும் குபீர் என்று சிரிக்க, "இல்ல கடைல மைசூர் மசாலா தோசை வாங்கி தரேன் வரியா," என்று அமராவதியும் விளையாட்டாகவே பதில் அளித்தாள்.

"அதைவிட சூப்பரா இங்க அன்னபூர்னாலயே வாங்கிடலாம்," என்று நர்மதாவும் கலாய்க்க.

"உங்கள எல்லாம் ஒரு ரெண்டு நாள் ட்ரிப் கூட்டிட்டு போக பிளான் பண்ணா,

நீங்க சரி வர மாட்டீங்க. இங்க ஆனைக்கட்டி கிட்ட ஒரு நேஷனல் பயோஸ்பியர் இருக்கு. நல்லா தான் இருக்கும் என்ன இங்க இருந்து ரெண்டு மணி நேரம் தான் டிராவல். நாம அங்கேயே போவோம். நான் அங்குராஜ் சார பார்த்துட்டு வந்து HOD சார்கிட்டசொல்லிடறேன் ", என்று கூறிவிட்டு அறையில் இருந்து வெளியே வந்தாள்.

சிறிது நேரம் கழித்து HOD சார் இன் ரூமை அணுகினாள். அங்கே நர்மதா, சிந்து, சுமித்ரா ஆகியோர் ஏற்கனவே அவர் முன் நின்று கொண்டிருந்தனர்.

"என்ன டி," என்ற ஜாடை செய்தவாரே உள்ளே நுழைந்தவளுக்கு ஒரே குழப்பமாய் இருந்தது. சுமித்ரா பேச தொடங்கினாள்,

"சார், நாம ஆனைகட்டி ல இருக்குற நேஷனல் பயோஸ்பியர் பார்க்குக்கே போயிட்டு வந்துடலாம், சார். அதான் சார் ரொம்ப செலவாகாது," என்று பேசினாள்.

"சரிதான்," என்று ஏதோ புரிந்தது போல தலையை அசைத்துக் கொண்டே வலது புறமாக முகத்தை திருப்பி சிரித்தாள், அமராவதி.

"ஆமா, சார் நம்ம ஊர்ல இருக்கிற நேஷனல் பார்க நாம் ஃபஸ்ட் பாப்போம், சார், அதான் நல்லா இருக்கும்," என்று சிந்துவும் உடன் சேர்ந்து ஜால்ரா தட்டினாள்.

"சரிமா நீங்க சொல்ற மாதிரி ஆனைகட்டிக்கே போயிட்டு வந்துடுங்க. அந்த ரெண்டு பசங்க கிட்ட சொல்லி நல்ல டிராவல்ஸ் விசாரிச்சு அவர்கிட்ட என் நம்பரை கொடுத்து என் கிட்ட பேச சொல்லுங்க. நான் அப்ருவ் பண்ணதுக்கு அப்புறம் தான் அந்த டிராவல்ஸ்ல போகணும். எல்லாம் பொம்பள பசங்க, உங்க எல்லாருக்கும் நான் தான்ம்மா பொறுப்பு," என்று கூறிக் கொண்டே அவர் வேலையை பார்க்க தொடங்கினார்.

'என்னடி இப்படி ஆயிடுச்சு?,' என்று முணுமுணுத்து கொண்ட மூவரையும் பார்த்து சிரித்தபடியே நின்றாள், அமராவதி.

"சார், என்ன இந்த கெமிஸ்ட்ரி டிபார்ட்மென்ட் இருக்காங்கல்ல, சார் அவங்க தான் கொச்சின் வரைக்கும் போயிட்டு வந்தாங்க. என்னதான் காலேஜ் ஃபண்டு கொஞ்சம் இருந்தாலும், இப்படியா சார் செலவு பண்றது," என்று நர்மதா கூற,

"என்ன கெமிஸ்ட்ரி டிபார்ட்மெண்ட் கொச்சின் போனாங்களா?", என்று தன் வேலையை ஒரு நிமிடம் நிறுத்திவிட்டு கேட்டார்.

"அட ஆமா சார், ரெண்டு நாள் அந்த ரப்பர் ஃபேக்டரி, வுட் ஃபேக்ட்ரி, பென்சில் ஃபேக்டரி, ஃபால்ஸ் எல்லாம் பாத்துட்டு, ரெண்டு நாள் கழிச்சு தான் சார் வந்தாங்க," என்று சுமித்ரா ரெண்டு நாள் என்ற வார்த்தையை அழுத்தமாக கூறினாள்.

"ஏய் அதுக்காக நாமளும் போக முடியுமா? காலேஜ் ஒதுக்குகிற ஃபண்ட்ல கெஸ்ட் லெக்சர், நேஷனல் செமினார் அதெல்லாம் கண்டக்ட் பண்றது தான் நமக்கு பெருமை," என்று சிந்து கூற

'சரியான ஆளுங்கடி நீங்க,' என்று அமராவதி மனதில் நினைத்துக் கொண்டாள்.

இதையெல்லாம் கேட்டுக் கொண்டே ரெஜிஸ்டர் ஒர்க்கை செய்து கொண்டிருந்த HOD குணசேகரன், "இல்லமா, நாம போன வருஷம் தான் ஒரு இன்டர்நேஷனல் செமினார் பண்ணோம். இனி அடுத்த வருஷம் தான். கெமிஸ்ட்ரி டிபார்ட்மென்ட் ரெண்டு நாள் என்சைன்ஸ் விசிட் போயிருக்காங்க அப்படின்னா, நாமும் அப்படி போனா தானே சரியா இருக்கும். இதுக்கெல்லாமும் கிரெடிட் பாய்ண்ட்ஸ் பசங்களோட டிகிரி சர்டிபிகேட்ல வரும். அதோட டிபார்ட்மெண்டுக்கு ஸ்டார் டிபார்ட்மென்ட் ஸ்டேட்டஸ் கிடைக்க வசதியா இருக்கும்," என்று கூறிக்கொண்டே ரிஜிஸ்டர் செய்வதை நிறுத்திவிட்டு.

"நீங்க மைசூர்கே போயிட்டு வாங்க. அங்குராஜ் சார் கிட்ட சொல்லுமா, அதோட ட்ராவல்ஸ்க்கும் பசங்கள விட்டு பேச சொல்லிட்டு, என் போன் நம்பர் கொடுத்துடு," என்று அமராவதியை பார்த்து கூறினார்.

"சரிங்க சார்," என்று அமராவதி கூறினாள். சிந்து, நர்மதா, சுமித்ரா மூவரும் சரி என்று தலையை அசைத்து விட்டு வெளியே வந்து குதுகலமாக சத்தமிட்டனர்.

உள்ளே அமர்ந்து இவர்களின் சந்தோஷ கூச்சலை கேட்ட HOD குணசேகரன் புன்னகைத்தபடியே தன் வேலைகளை பார்க்கத் தொடங்கினார்.

16

மைசூர், அழகான கட்டிடங்கள், மெய்சிலிர்க்க வைக்கும் இயற்கை எழில், அன்பான மக்கள், பாரம்பரியம், கலாச்சாரம், மேன்மை என தன் சொந்த ஊரைப் போல நம்மை உணர வைக்கும் எளிமை. பணம் அல்லாத வாழ்க்கை முறைகளுக்கும் உறவுகளுக்கும் உணர்வுகளுக்கும் மதிப்பளிக்கக்கூடிய மக்கள், என மைசூர் அழகான நகரம். மைசூரில் இருந்து சுமார் 40 கிலோமீட்டர் தொலைவில் உள்ள கிராமமே, கபினி.

கபினி, இயற்கை எழில் கொஞ்சும் அழகிய நதி கொண்ட கிராமம். அதனை சுற்றி ஏரிகளும் நதிகளும் குளங்களும், காடுகளும் அதன் அழகுக்கு மெருகூட்டக்கூடியவை. 18 ஆம் நூற்றாண்டில் ஹைதர் அலி கோட்டைகளையும் மதில்களையும் கட்டி கபினியை வேட்டையாடும் இடமாக மாற்றினார். அதனை சுற்றி இருந்த காடும் நதிகளும் விலங்குகளுக்கு நல்ல வாழ்வாதாரத்தை கொடுத்தது.

இதனாலேயே கபினிக்கு சென்று வேட்டையாடுவதை அக்காலத்தில் பலரும் விரும்பினர்.

ஹைதர் அலியைத் தொடர்ந்து அவரது மகன் திப்பு சுல்தானும் கபினியை வேட்டையாடும் ஸ்தலமாகவே வைத்திருந்தான். 19ஆம் நூற்றாண்டில் பிரிட்டிஷ் வைஸ் ராய்களும் கபினியை அவர்களது கட்டுப்பாட்டுக்குள் கொண்டு வந்தனர். அது வேட்டையாடுவதற்கு வசதியான இடமாக இருக்க, அவர்களும் அங்கே வேட்டையாடுவதை வாடிக்கையாக வைத்துக் கொண்டனர். அந்நாட்டு மன்னர்கள் அங்கே கட்டியிருந்த வீடுகளையும் அரண்மனைகளையும் இவர்கள் தங்கி ஓய்வெடுக்க பயன்படுத்திக்கொண்டனர்.

உலகம் முழுவதும் இருந்து பலரும் கபினிக்கு வந்து வேட்டையாட விருப்பம் கொண்டார்கள். இது மிருகவதை தவறு என்றும் வேட்டையாடுதல் குற்றம் என்றும் சட்டம் எழ உந்துகோளாக அமைந்தது.

1970 இல் இந்திய அரசு கபினியை வனவிலங்குகள் சரணாலயமாக அறிவித்தது. இதன் மூலம் அந்த இயற்கை அழகை பாதுகாப்போடு விலங்குகளையும் பாதுகாக்க முடிந்தது. அதோடு கபினி சுற்றுலாத்தலமாக மாற சுற்றுலா செல்வோர் பலரின் கவனமும் கபினி பக்கம் திரும்ப அரசுக்கு நல்ல வருவாய் ஈட்ட முடிந்தது.

கபினி நதியை கபிலா நதி என்றும் அழைத்தனர். அந்த காலத்தில் வர்த்தகங்களுக்கு இந்த நதி முக்கியமான வழித்தடமாகவும் திகழ்ந்தது. அதோடு, வற்றாத கபினிநதி பல விலங்குகளுக்கு வாழ்வாதாரமாகவும், விவசாயத்திற்கு பேர் உதவியாகவும் திகழ்ந்தது. கபினி நதி தென்னிந்தியாவில் காவிரி ஆற்றின் முக்கிய துணை நதிகளில் ஒன்றாகும். இது பனைமரம் நதி மற்றும் மானந்தாவதி நதியின் சங்கமத்தின் மூலம் கேரள மாநிலத்தில் கோழிக்கோடு மாவட்டத்தில் உள்ள கவிழும் பாறைக்கு அருகில் உருவாகிறது. இது வயநாடு மாவட்டம்

வழியாக கிழக்கு நோக்கி பாய்ந்து கர்நாடகாவில் மைசூர் மாவட்டத்தில் நுழைந்து காவிரி ஆற்றில் கலக்கிறது.

கபினி வனவிலங்குகள் சரணாலயம் கர்நாடகாவின் மிகவும் பிரபலமான வனவிலங்கு சரணாலயங்களில் ஒன்று. அங்கே ஒரு பெரிய ஏரியை சுற்றியுள்ள பசுமையான நிலப்பரப்பு யானைகள் மற்றும் புலிகளின் கூட்டங்களை காண உதவியாக அமைந்திருந்தது. இது மைசூரில் இருந்து 40 கிலோமீட்டர் தொலைவிலும், பெங்களூரில் இருந்து 25 கிலோ மீட்டர் தொலைவிலும் உள்ளது. மேலும், இது நாகர்ஹோலே தேசிய பூங்காவின் தென்கிழக்கு பகுதியை உள்ளடக்கியது.

வனப்பகுதி செங்குத்தான பள்ளத்தாக்குகள் மற்றும் நீர் நிலைகளில் 55 ஏக்கர் பரப்பளவில் இருந்து இருப்பு பரவி உள்ளது. இதில் சுமார் 120 புலிகள், நூற்றுக்கும் மேற்பட்ட சிறுத்தைகள், நான்கு வகையான மான்கள், சோம்பல் கரடிகள், இந்தியன் கௌர்ஸ் மற்றும் யானைகள் உள்ளன.

இதனாலேயே, அமராவதி கபினியை என்விரான்மென்டல் விசிட்டுக்கு சரியான இடமாக தேர்ந்தெடுத்து, அதனை ஆசிரியர்களிடமும் கூறி அவர்களின் ஒப்புதலை பெற்றாள்.

17

40 மாணவிகளும், இரண்டு மாணவர்களும், இரண்டு ஆசிரியர்களும், கபினி விலங்குகள் சரணாலயத்திற்கு உட்பட்ட விடுதிகள் உள்ள இடத்துக்கு வந்து சேர்ந்தனர். மதியம் 12.30 மணி, ஆதலால் அனைவரும் அவரவர் நண்பர்களுடன் அவர்களுக்காக ஒதுக்கப்பட்ட அறைக்கு சென்று ரெஃப்ரெஷ் செய்து கொண்டனர். பிறகு, அனைவரும் உணவருந்துவதற்கு டைனிங் ஏரியாவுக்கு வந்தனர். அங்கே இவர்களுக்காக, அதாவது கபினி வன உயிரியல் பூங்காவிற்கு சொந்தமான விடுதிகளில் தங்குபவர்களுக்காக பிரத்தியேகமாக உணவு தயார் செய்யப்பட்டு இருந்தது. அதை ஆர்வமாக ருசி பார்த்த மாணவர்கள் அனைவரையும் ரவி என்ற ஒருவர் சந்தித்தார்.

"நமஸ்காரம் சார், நான் தான் ரவி. இந்த ட்ரிப்ல உங்க கூட ட்ராவல் பண்ண போற கைடு" என்று தன்னை அறிமுகப்படுத்திக் கொண்டார்.

அவரை உபசரித்து பேசிய அங்குராஜ் சார். கபினியை பற்றி முழுவதுமாக கேட்டு தெரிந்து கொண்டார். பிறகு மாணவர்கள் அனைவருக்கும் இவ்விடத்தை பற்றிய சுவாரசியமான சம்பவங்களை கூறி அவர்களை உற்சாகப்படுத்துமாறு கேட்டுக் கொண்டார்.

"இங்க நானும் ப்ரொபஸர் கிடையாது. டூரிஸ்ட் தான். நானும் என் பசங்களோட போய் நிக்கிறேன். நீங்க இந்த ட்ரிப்ப சுவாரசியமா கொண்டு போங்க" என்று கூறிக்கொண்டு தன் மாணவ மாணவிகளின் அருகில் சென்று நின்றார், பேராசிரியர் அங்குராஜ்.

"சார், நீங்க என் பசங்கன்னு உங்க ஸ்டுடெண்ட்ஸ பார்த்து சொன்னதிலேயே எனக்கு ரொம்ப புடிச்சு போச்சு. நீங்க உங்க மாணவர்கள் மேல எவ்வளவு பாசம் வச்சிருக்கீங்கன்னு தெரியுது," என்று ரவி அண்ணா கூற, அனைத்து மாணவர்களும் சந்தோஷமாக தங்கள் ஆசிரியரை தூக்கிக் கொண்டாடினர்.

அங்குராஜ் சார், ஆசிரியர் தொழிலை தன் வேலை என

மட்டும் நினைக்காமல், தன் மனதிற்கு சந்தோஷம் அளிக்கும் தொழில் எனவும் தனக்கு திருப்தி அளிப்பது போதிப்பதில் தான் என்றும், ஆசிரியர் தொழிலை விரும்பி செய்யும் எண்ணற்ற ஆசிரியர்களில் ஒருவர். 20 வருடத்திற்கு முன்பே வங்கியில் அரசால் பணியமர்த்தப்பட்ட போதும், தனக்கு அந்த வேலையில் திருப்தி கிடைக்கவில்லை என்றும், ஆசிரியர் வேலையில் தான் தனக்கு முழு சந்தோஷம் உள்ளது என்று வங்கி வேலையையே ராஜினாமா செய்து விட்டு ஆசிரியர் வேலைக்கு வந்தவர். பாடத்தை மட்டுமே நடந்தி விட்டு செல்லாமல் மாணவர்களுடன் பேசி, மாணவர்களின் கஷ்ட நஷ்டங்களை தெரிந்து கொண்டு, அவர்களை நல்வழிப்படுத்த உதவியாக இருப்பார். யாரையும் காயப்படுத்தாது, அனைவரையும் அன்போடு அரவணைத்து செல்பவர். ஆசிரியராகவும் நண்பனாகவும் ஒரு மாணவனுக்கு உதவிட எப்போதுமே தயாராக இருப்பார். அவரை மாணவர்கள் தூக்கி கொண்டாடுவதில் தவறில்லையே.

இதை பார்த்த ரவி, "இனி நீங்க யாருமே டூரிஸ்ட் இல்ல, என்னோட ·பேமிலி," என்று கூறி அனைவரையும் ஜீப் ச·பாரிக்கு அழைத்து சென்றார்.

மதியம் மூன்று மணிக்கு தொடங்கிய ச·பாரி ரைடிங், மாலை 6:30 மணிக்கு முடிவடைந்தது. அடர்ந்த காட்டுக்கு நடுவே 3:30 மணி நேரம், எந்த ஒரு வாகனத்தின் சத்தமோ தொழிற்சாலையின் சத்தமோ கைப்பேசியோ எதுவுமே இல்லாமல், எங்குமே நிற்காத நீண்ட நெடிய ஜீப் பயணம். ஆங்காங்கே சில விலங்குகளை காண முடிந்தது. இயல்பு வாழ்க்கைக்கு அப்பாற்பட்டு சுற்றிலும் இயற்கை சூழ்ந்து மரம் செடி கொடிகளின் வாசத்தோடு அந்த மூன்று மணி நேரம் பயணம் கண்களுக்கும் மனதிற்கும் விருந்து. மனதும் குளிர்ந்தது கண்களும் குளிர்ந்தது.

ஜீப் ச·பாரி முடிந்து இறங்கிய மாணவர்களிடம், "நாளைக்கு காலை 5:30 மணிக்கு ஷார்ப்பா ரெடியா இருங்க, போட் ச·பாரிக்கு போகலாம்",

என்று கூறிவிட்டு அலுவலகத்துக்குள் சென்றார்.

சிறிது நேரம் போட்டோஸ் எடுத்துவிட்டும், விளையாடி விட்டும் அனைவரும் இரவு உணவினை உட்கொள்ள சென்றனர். இதுவும் இவர்கள் தங்கி இருந்த விடுதியில் ஏற்பாடு செய்யப்பட்டது.

"மூன்றரை மணி நேரம் ரொம்ப ஜாஸ்தி இல்ல. ஒரு ரெண்டு மணி நேரம் போதும்னு தோணுது," என்று கூறிக்கொண்டே நர்மதா தன் டம்ளரில் இருந்து தண்ணீரை பருகினாள்.

"ஏ, அப்படி இல்ல, இவ்வளவு டைம் எடுத்து பார்க்கிறதுனால தான் கொஞ்சம் மிருகங்களயாவது பார்க்க முடியுது," என்று சுமித்ரா கூறினாள்.

"அதுக்கு இல்ல, எப்படா முடியும்னு ஆகுது இல்ல," என்றாள் நர்மதா.

"எதுவுமே தொடங்குற வரைக்கும் இருக்கிற ஆர்வம், தொடங்குனதுக்கு அப்புறமா போய்டும். அதே மாதிரி தான் ஒரே மாதிரியான பாதை, பயணம் எல்லாமே கொஞ்ச நாள்ல போர் அடிச்சு

போயிடும். உன் பீலிங் கரெக்ட் தான், எனக்கு புரியுது," என்று அமராவதி பதில் அளித்தாள்.

"இந்த இடமே ரொம்ப குளிர் அடிக்குது இல்ல," என்று கூறிய சிந்து தன் ஜர்க்கின் ஜிப்பை இழுத்து கழுத்து வரை மூடிக்கொண்டாள்.

"ஆனா இந்த டைம் நாளைக்கு நம்ம கையில இருக்காது. சார், கிட்ட சொல்லிட்டு அப்படியே லான்ல கொஞ்ச நேரம் நடந்துட்டு அப்புறமா போய் தூங்கலாமா? ", என்ற சிந்துவின் வார்த்தைகளுக்கு அனைவரும் செவி சாய்த்தனர்.

"இங்க பாருங்கம்மா காலைல அஞ்சே காலுக்கு ரெடியா இருக்கணும். சீக்கிரமா போய் தூங்குங்க," என்றார் அங்குராஜ் சார்.

"சார், சார், நாளைக்கு எல்லாம் இந்த இடத்துல நாம இருக்க மாட்டோம் சார். ப்ளீஸ் சார்," என்று அமராவதி கேட்க அவரும் ஆமோதித்தார்.

18

நான்கு தோழிகளும் உல்லாசமாக அந்த விடுதி அறைகளுக்கு முன்பு இருந்த லான் ஏரியாவில் நடந்து கொண்டிருந்தனர். ஒருவரை ஒருவர் முந்திக்கொண்டு நடக்க நடை ஓட்டமானது, ஓட்டும் விளையாட்டு ஆனது. அமைதியான இருள் சூழ்ந்த அந்த இரவு வேளையில், மழை ஈசல்களின் ரீங்காரமே அடங்கிப் போய், இவர்கள் நால்வரின் சிரிப்பு ஒலி தான் அவ்விடம் முழுக்க நிரம்பி இருந்தது. அந்த செடி கொடிகள், மரங்கள், மரத்தில் கூடு கட்டி தங்கி இருந்த பறவைகள் அனைத்திற்கும், இவர்கள் நால்வரின் சேட்டையே வேடிக்கையானது.

சிரித்து சிரித்து ஓய்ந்து நால்வரும் அந்த புல்வெளியில் அமர்ந்தனர். ஒரு புள்ளியை சுற்றி நால்வரும் தலையை சாய்த்தனர். மேலே அந்த ஆகாசத்தை பார்த்து புன்னகைத்தபடியே, கீழே பூமியை மெத்தையாய் பாவித்து படுத்திருந்தனர். ரோந்து வந்து செக்யூரிட்டி

ஆபீஸர்களும் இவர்களை பார்த்து சிரித்தபடியே விசில் ஊதிவிட்டு

"சீக்கிரம் ரூமுக்கு போங்க," என்று எச்சரிக்கை செய்துவிட்டு சென்றனர்.

மேலே ஆகாசத்தை பார்த்தபடி படுத்திருந்த நால்வரும் கைகளை கோர்த்து அமைதியான அந்த இரவு பொழுதினை ரசித்துக் கொண்டிருந்தனர்.

இரவு, அமைதியான வேளை. ஒரு ஏழு எட்டு மணி நேர காலம். எத்தனை சம்பவங்கள் நடக்கவும், எத்தனை மாற்றங்கள் நடக்கவும், எத்தனை முடிவுகள் எடுக்கவும், எத்தனை முடிவுகள் மாறவும் காரணமாக இருக்கிறது. எப்பேர்பட்ட ஆச்சரியங்கள் அரங்கேறினாலும், மறுநாள் காலை வரை பொறுத்துதான் அதை அனைவரிடமும் கூற முடியும். இரவுக்கே உண்டான தனி சிறப்பு என்றும் கூறலாம். அப்பேர்ப்பட்ட இரவு பொழுதை அனுபவிக்க இப்போதே நேரம் கிடைத்தது போலும்.

"சின்ன சின்ன தும்பி...

நானும் பரப்பேனே...

சின்ன சின்ன வானம்...

உன்னை அடைவேனே..."

என்று ஒரு சின்ன பெண் குழந்தை பாடும் சத்தம் கேட்டு நால்வரும் அதிர்ந்து போயினர். அந்த இரவு வேளையில் யார் பாடுவது? தங்கி இருப்பவர்கள் அனைவரும் உறங்க சென்று விட்டனர். வேலை ஆட்களில் கூட குழந்தைகள் யாருமே இல்லையே என நால்வரும் பதறிப் போய் எழுந்து நின்றனர். நால்வரும் தங்கள் கைகளை இறுக்கமாக கோர்த்து நின்று, சுற்றும் முற்றும் பார்த்துக் கொண்டிருந்தனர்.

"யே, போய்டலாம் டி ", என்று சிந்து பயந்து கூறினாள்.

"அங்க பாருடி ஏதோ ஒரு லைட் மாதிரி...," என்ற குரல் நடுங்க நர்மதா கூற,

"லைட் மாதிரி இல்ல, லைட்டு தான். அது கிட்ட வர மாதிரி இல்ல," என்று சுமித்ராவும் கூற,

ஒரு லாந்தர் விளக்கு ஏந்திய சிறு பெண் குழந்தை அந்த இரவு வேளையில் நடந்து வந்து கொண்டிருந்தாள். அவளைப் பார்த்து மாத்திரத்தில் தான் இவர்களுக்கு மூச்சே வந்தது.

பெருமூச்சுவிட்டு, நால்வரும் அந்தப் பெண் தங்களை நோக்கி தான் வருகிறாள் என்று உணர்ந்தனர். என்னவாக இருக்கும் என்று யோசித்த வாரேநின்று இருந்தனர்.

"என்ன அக்கா, பயந்துட்டிங்களா," என்று கேட்டவாறு அந்த குழந்தை அருகில் வந்தது.

என்ன பதில் பேசுவது என்று புரியாமல் பயம் நீங்கிய நால்வரும் தங்கள் கைகளை பிரித்து இயல்பாக நின்றனர்.

"என்ன மன்னிச்சிடுங்க. எனக்கு இந்த இடமெல்லாம் ஆத்துப்படி. ஆனா ராத்திரின்னா கொஞ்சம் பயம், பாட்டு பாடிட்டே வந்தா பயம் தெரியாது. அதான் பாடுனேன். நீங்க பயந்துட்டிங்க," என்று தன் அழகிய மழலை குரலில் பேசினாள்.

இவ்வளவு இனிமையாக பேசும் குழந்தை மேல் கோபம் வருமா? ஆதனால், தங்கள் பயத்தை நீக்கி அவளிடம் பேச தொடங்கினார்கள்.

"அதெல்லாம் பரவாயில்லை. இந்த ராத்திரி வேளையில இங்க வந்திருக்கியே நீ யாரு? நீ இங்க என்ன பண்ற?", என்று அமராவதி ஆறுதலாக கேட்டாள்.

"நானு இங்க ரவின்னு ஒரு கைடு இருக்காருல்ல, அவரோட பொண்ணு" என்று தன்னை அறிமுகப்படுத்திக் கொண்டாள்.

"ஓ... ரவி அண்ணாவோட பொண்ணா, சரி... சரி... நீ இங்க என்ன பண்ற? அப்பா எங்க?", சிந்து கேட்க,

"அப்பா உள்ள ரைடிங் போயிருக்காரு, வரதுக்கு இன்னும் ஒரு மணி நேரம் ஆகும்," என்றாள்.

"இந்த நேரத்துல ரைடிங் ஆ," என்று சுமித்ரா கேட்க,

"ஆமா. இப்ப போனா நிறைய மிருகங்கள் உலா வரும், அதை போட்டோ எடுக்க கொஞ்ச பேர்

ஆசைப்படுவாங்க. ராத்திரிங்குறதுனால அதுக்கு பணமும் அதிகமா கொடுப்பாங்க," என்று பிஞ்சு குரலில் கூறினாள்.

"சரி அப்பா உன் ஆபீஸ்ல விட்டுட்டு தான் போயிட்டாரா? அம்மா எங்கே? ", என்று நர்மதா கேட்க,

"அம்மாவா? அந்த நிலா வரைக்கும் ஸ்கை சபாரி போயிருக்காங்க. அங்க நிறைய பேர் இருக்காங்களாம், அவங்களுக்கு வானத்துல இருக்குற நட்சத்திரம், நிலா எல்லாம் காட்டுவாங்களாம்", என்று அப்பாவியாக கூறிய குழந்தையை பார்த்து நால்வருமே பரிதாப பட்டனர் அதை அறியாத குழந்தை.

"எங்க அப்பா சொன்னாரு, நானும் பெரிய பொண்ணு ஆனதுக்கு அப்புறம் ஆகாசம் வரைக்கும் போற வண்டில டிரைவரா ஆயிடுவேனாம். அங்க போய் அம்மாவை அந்த வண்டில உட்கார வச்சு கூட்டிட்டு வந்துடுவேன்," என்று பால் மனம் மாறாத அந்த குழந்தை கூறியதை கேட்ட நால் வரும் கண் கலங்கினர்.

அமராவதி அவளை கட்டி அணைத்து முத்தமிட்டாள்.

"சரி அப்பா வர வரைக்கும், நாம எல்லாரும் விளையாடலாமா," என்று கேட்டுக் கொண்டே நால்வரும் சிறிது நேரம் ஓடிப் பிடித்து விளையாடினர்.

அப்போது, அவளை தூக்கி கொஞ்சியா சிந்து, "அடேயப்பா இப்பவே இந்த ஓட்டம் ஓட றிய, பெரியவளான பறந்து போயிடுவ போல இருக்கே," என்று கொஞ்சியப்படியே கேட்க,

"ஆமா, பறந்து போயிடுவேன். அந்த ஆகாசம் வரைக்கும் போவேன்," என்று தன் கைகளை விரித்து பறவையின் இறகை போல செய்தாள். அப்போது அவளின் வயிற்று பகுதி சிந்துவின் முகத்தில் படும் அளவிற்கு, அவளை தூக்கி உயரப் பிடித்தாள், சிந்து. இன்னும் உயரமாக அவள் பறக்க மற்ற மூவரும் கூட இணைந்து அவளை உயர நிற்க செய்தபடியே அவளின் கால்களை தாங்கி பிடித்துக் கொண்டனர்.

எட்டாத உயரம் நிமிர்ந்து நின்ற அந்த குழந்தை, அந்த உயரத்தில் இருந்து பூமியையும் பார்த்தது,

வானத்தையும் பார்த்தது எண்ணிலடங்கா சந்தோஷம் அவள் முகத்தில் தெரிந்தது. அதை பார்த்த நால்வருக்குமே ஆனந்தமாய் இருந்தது.

ஐவரும் சந்தோஷமாக விளையாடிக் கொண்டிருந்தனர். ஒரு ஜீப் அவர்களின் லான் அருகே வந்து நின்றது. அதிலிருந்து ரவி அண்ணா இறங்க, அவரைப் பார்த்த உடனேயே குழந்தை ஓடிச் சென்றது. அவள் தந்தையின் ஸ்பரிசம் பட்டதுமே பாதுகாப்பாக உணர்ந்த குழந்தை, அவருக்கு முத்தமிட்டது. பதிலுக்கு அவரும் தன் அன்பை வெளிப்படுத்தினார். தோழியர் நால்வரும் அவர் இருக்கும் இடத்தை நோக்கி நடந்து வந்தனர்.

"என்னம்மா என் பொண்ணு உங்களை தூங்க விடாம செஞ்சிட்டாளா," என்று கேட்டார்.

"ஐயோ, இல்லனா நாங்க விளையாடிட்டு இருந்தோம். குழந்தை வந்து எங்க கூட விளையாடுனதுல எங்களுக்கு ரொம்ப சந்தோஷம்," என்றனர்.

"அவ அம்மா...," என்று கூறி நிறுத்தினாள் நர்மதா.

எதுவும் பதில் பேசாமல் குழந்தையை பார்த்து சிரித்தார். பதில் உணர்ந்த நால்வரும் வேறு ஏதும் கேட்கவில்லை.

"சரிமா நீங்க போய் தூங்குங்க. நாளைக்கு காலையில போட் ஸ்ஃபாரி இருக்குல்ல," என்று கூறிவிட்டு அவர்களை அரைக்கு செல்லுமாறு கூறினார்.

"சரி," என்று திரும்பி நடந்து சென்றவர்கள், அந்த குழந்தையின் பக்கம் திரும்பி அவளுக்கு கையையசைத்து விடை பெற்று சென்றனர்.

சற்று தூரம் சென்றவர்களில், அமராவதி குழந்தையின் பக்கம் திரும்பி, "பாப்பா உன் பெயர் என்ன?", என்று கேட்க

"நான் ஒரு விடுகதை சொல்லட்டுமா? அதோட விடை தான், என் பேரு," என்று புதிர் போட்டாள் அந்த குழந்தை

“சரி,” என்று நால்வரும் அவள் கேள்விக்கு காது கொடுக்க,

“தண்ணீய சேர்த்து வைச்சு மேகம் மழையை பொழியும்,...

மழைனால ஏரி குளம் எல்லாம் நிறையும்,...

நதியெல்லாம் பெருக்கெடுத்து ஓடும்,...

அருவி எல்லாம் பொங்கி வரும்...,”

என்று கூறிக் கொண்டே ஒவ்வொரு அடியாக பின்னோக்கி சென்றாள் அந்த குழந்தை.

“இந்த தண்ணி எல்லாம் எங்க போய் சேரும்? “, என்று கேட்டுக் கொண்டே ஓடினாள்

அவள் கேள்வியை கேட்ட அனைவருக்குமே விந்தையாய் இருந்தது. ஒரு குழப்பத்துடனே திரும்பிச் சென்றனர். ரவி அண்ணாவும் சிரித்தபடியே தன் குழந்தை பின்னே சென்றார்.

19

மறுநாள் காலை சுளிர் என்ற வெளிச்சம் முகத்தின் மேல் பட, கண்களை கசக்கியப்படியே எழுந்தாள், நர்மதா. தன் அலைபேசியை எடுத்து மணி என்ன என்று பார்க்க எண்ணினாள். மற்ற மூவரும் வெளிச்சம் படுவது கூட தெரியாமல் தூங்கிக் கொண்டிருந்தனர். அலைபேசியை பார்த்தவளுக்கு ஒரே அதிர்ச்சி. 16 மிஸ்டுகால், தன் தோழியர் தனக்கு போன் செய்து அலுத்து போயினர் போலும். ஏனென்றால், மணி ஏழு. பதறி அடித்து மற்றும் மூவரையும் எழுப்பினாள்.

"என்னடி ஆச்சு? தூங்க விடாம," என்று சுமித்ரா அலுத்துக் கொண்டாள்.

"மணி ஏழு ஆகுதுடி," என்று கத்தியவளை,

"ஆனா என்னடி?", என்று கூறியவாறே, சிந்து திரும்பி படுத்தாள்.

"என்ன ஏழா?", என்று சுதாரித்து மற்ற இருவருமே பதறிப் போய் எழுந்தனர்.

"போச்சு, போச்சு, அலாரம் அடிச்சது கூட தெரியாம தூங்கிட்டோமே," என்று அமராவதி எழுந்து போய் கதவை திறந்து பார்த்தாள். மற்ற மூவரும் அவளுடன் இணைய, கதவை சாத்திவிட்டு முன்னே இருந்த அலுவலகத்தை நோக்கி ஓடினர்.

விசித்திரமான ஒரு அமைதி. எங்குமே யாரையுமே காணவில்லை. பிறகு அங்கே இருந்த வரைபடத்தை பார்த்து படகுத்துறைக்கு விரைந்து ஓடிச் சென்றனர். அங்கே ஒரே கூட்டமாக இருந்தது. ஒருவேளை சஃபாரி ரைடிங் முடிந்து, அனைவரும் திரும்பி வந்து விட்டார்களோ? என்று நால்வரும் எண்ணினர்.

இவர்கள் நால்வரையும் பார்த்த பேராசிரியர் லதா ஓடிவந்து இவர்களை கட்டி அணைத்துக் கொண்டார்.

"என்னாச்சு மேம்? ", என்று பதறிய மாணவிகளிடம்.

"இரண்டு போட்ல போனாங்கம்மா. நான் உங்களுக்கு பாதுகாப்பா இருக்க இங்கேய இருந்துட்டேன். இப்போ ஒரு

போட் சிங்க் ஆயிடுச்சுன்னு சொல்றாங்க," என்று பதட்டமாக கூறினார்.

"என்ன மேம் சொல்றீங்க? எந்த போட் மேம்? யாரெல்லாம் அந்த போட்ல இருக்காங்க?", என்று அடுக்கடுக்காக கேள்விகளை எழுப்பினர்.

நால்வரையும் அமைதி படுத்திய ஆசிரியை, "யாருக்கும் எதுவும் ஆகாது. தைரியமா இருங்க. கண்டிப்பா எல்லாரும் நல்லபடியா திரும்பி வந்துடுவாங்க," என்று கூறி ஆறுதல் படுத்தினார்.

பின்னே இருந்து ஒருவர் ஓடி வந்து, "இன்னொரு போட் எடுத்துட்டு, எங்க சார் உள்ள போயிருக்காரு. யாருக்கும் ஒன்னும் ஆகாது," என்று கூறிவிட்டு ஏதோ அவசரமாக ஓடினார்.

ஒரு பத்து நிமிடத்தில் சைரன் சத்தத்தோடு இரண்டு ஆம்புலன்ஸ்கள் உள்ளே வருவதை பார்த்த மாணவியரில், சிந்து,

"எதுக்கு மேம் ஆம்புலன்ஸ் எல்லாம் வருது? ", என்றாள். மற்ற மூவரும் பதட்டத்தின் உச்சிக்கே சென்றனர்.

"பாருமா எல்லாமே பாதுகாப்புக்காக தான். எதையும் பார்த்து பயப்பட வேண்டிய அவசியம் இல்ல. ஒரு முதலுதவி தேவைப்பட்டா? அதுக்கு தான்," என்று மாணவிகளிடம் தைரியம் கூறினார்.

உடனே டின், டின், டின், என்று சத்தமிட்டு கொண்டே ·பயர் இன்ஜின் வந்தது. அதை பார்த்து நான்கு மாணவரும் பீதி அடைந்தனர்.

"இங்க பாருங்கம்மா பயப்படாதீங்க. நீங்க எல்லாம் பொண்ணுங்க பொண்ணுங்கன்னா என்ன? சும்மா சமைச்சு வச்சுட்டு தூங்குறவங்களா? இல்ல, ஒரு குடும்பத்தையே தாங்கி நிறுத்துறவங்க. நீ ஓடுனா தான் உன் குடும்ப ஓடும். நீ எழுந்து நின்னா தான், உன் குடும்பம் தலை நிமிர்ந்து நடக்கும். இது எல்லாமே வாழ்க்கைல ஒரு அனுபவம். எப்படிப்பட்ட ஒரு நிலைமை வந்தாலும் சரி, யாரும் பயப்படக்கூடாது. யாருக்கும் எதுவும் ஆகாது. நாம எப்படி

வந்தோமோ அதே மாதிரி நாம எல்லாரும் சேர்ந்து திரும்பிப் போவோம். இல்லனாலும்...", என்று கூறி ஒரு கனம் நிறுத்தியவர்.

"பயம் வருத்தம்ன்னு வாழ்க்கையில எந்த எமோஷன்சுக்கும் இடம் கொடுக்காதீங்க. நாம எதிர்பாராத விதமா நம்ம வாழ்க்கையை முடிஞ்சு போச்சுங்கிற நிலைமை வந்தாலும், இன்னும் நான் இருக்கேன். நான் இருக்கிற வரைக்கும், என் வாழ்க்கை முடியாதுன்னு சொல்லிக்கிற பக்குவத்தை வளர்த்துக்கோங்க. யாரும் யாருக்கும் தைரியம் சொல்றதுக்கும் ஆறுதல் சொல்றதுக்கும் எப்பவும் கூடவே இருக்க மாட்டாங்க அம்மா. நீயே தான் உனக்கு, நீ மட்டும் தான் உனக்கு, அதை ஞாபகம் வச்சுக்கோங்க அழாம தைரியமா என் கூட நில்லுங்க", என்றார் பேராசிரியர் லதா.

கைகளை கட்டிக் கொண்டு பேராசிரியை லதா, ஏதும் பேசாமல் நின்றிருந்தார். அங்கேயும் இங்கேயும் நிறைய பேர் ஓடிக் கொண்டிருந்தனர். போன் மூலமாக சிலர் பத்திரிகைகளிடம் பதில் அளித்துக்

கொண்டிருந்தனர். அந்த இடமே கஜகதவென கூட்டமாகவும், நசநசவென்று சத்தமாகவும் இயல்புக்கு அப்பாற்பட்டு காணப்பட்டது.

வெகு நேரம் கழித்து ஒரு போட் வந்தது. அதிலிருந்து 20 மாணவிகளும் ஒரு மாணவனும் இறங்கினர். அவர்களைப் பார்த்ததும் ஒரு பெருமூச்சு விட்ட பேராசையை அவர்களை அன்போடு அரவணைத்துக் கொண்டாள்.

"மேம் அந்த போட் திடீர்னு நின்னுடுச்சு. அந்த போட் குள்ள ஏதோ ஒரு ஓட்டை வழியா தண்ணி உள்ள போயிருக்கு," என்று அந்த மாணவன் கூறிக் கொண்டிருந்தான்.

அப்போது டின் டின் டின் என்று சத்தமிட்டு கொண்டே ஒரு போட்டில் தீயணைப்பு மற்றும் மீட்பு படையினர், சில மாணவர்களை மீட்டு வந்ததை பார்த்த ஆசிரியை விரைந்து ஓடிச் சென்று அவர்களை பார்த்தார்.

பெரிதாக யாருக்கும் எந்த பாதிப்பும் இல்லை. தண்ணீரில் மூழ்கியதால் பெருவாரியான

மாணவிகள் பயந்து போயிருந்தனர். சிலர் மயங்கிய நிலையில் மீட்க பட்டு இருந்தனர். அவர்கள், நிறைய தண்ணீரை குடித்திருந்ததாக அவர்களுக்கு முதல் உதவி செய்தவர்கள் கூறினர்.

அழுகை, கூச்சல், ஓலம் என அவ்விடமே களை இழந்து சூறைக்காடு போல தோன்றியது. மயங்கியவர்கள் ஒவ்வொருவராக கண் முழிக்க அனைவருக்கும் கொஞ்சம் தைரியமாக இருந்தது. இரு மாணவர்களில் ஒருவனே காணப்பட்டான். மற்றொருவன் எங்கே? பேராசிரியர் அங்குராஜ் எங்கே? என்று மாணவிகள் பீதி அடைந்தனர். அவர்களை அமைதி படுத்திய ஆசிரியர், அவர்களுடன் அந்த ஒரு மாணவனை விட்டுவிட்டு, அமராவதியை உடன் அழைத்துச் சென்றார்.

மீட்பு படையினரிடம் விசாரித்தனர். அவர்கள் இன்னும் மீட்பு பணி தொடர்வதாக கூறினார்கள். மீண்டும் கைகளை கட்டிக்கொண்டு உதட்டை கடித்தவாறு கரையை நோக்கி பார்த்த படியே நின்றார், பேராசிரியை

லதா. அமராவதியும் அவருடன் நின்றாள். தூரத்தில் ஒரு போட் வந்து கொண்டிருந்தது. அதை பார்த்த பிறகு, அதிர்ச்சி ஒரு புறம், ஆர்வம் ஒரு புறம். ஏனென்றால், இச்சமயம் டின் டின் டின் என்ற சத்தம் வரவில்லை. இரண்டு படிகள் கீழே இறங்கி போய் அந்த போட்டை உற்று பார்த்தாள், அமராவதி.

"மேம், மேம், நம்ம பையன் தான் மேம்", என்று சந்தோஷமாக அவள் கூறியதை கேட்டு, லதா ஆர்வமாக அந்த போட்டினுள் பார்த்தார். அவர்களின் மாணவன் அழுதப்படியே அமர்ந்திருந்தான். என்ன நடக்கிறது? என்று புரியாமல் இருவரும் காத்துக் கொண்டிருந்தனர்.

போட் அருகில் வர ஒவ்வொருவராக போட்டில் இருந்து இறங்கினார்கள். அந்த மாணவன், அவனை தொடர்ந்து பேராசிரியர் அங்குராஜ் இறங்கினார். அவர்கள் இருவரையும் பார்த்த ஆசிரியை கைகளை கூப்பி மேலே வானத்தை பார்த்து கும்பிட்டார். ஒரு பெருமூச்சு விட்டு கண்களில் கண்ணீரோடு அவர்களின் அருகில் சென்றார்

"சார் நான் உயிரை கைல புடிச்சிட்டு இருந்தேன், சார்," என்று கண்களில் கண்ணீர் மல்க கூறினார்.

"எங்களுக்கெல்லாம் ஒன்னும் இல்லம்மா, விடுங்க," என்று கூறிய பேராசிரியர் அங்குராஜ் கண்கலங்கி போட்டின் உள்ளே பார்த்தார்.

போட்டின் உள்ளே மயங்கிய நிலையில் இருந்தது, ரவி அண்ணா. அவரை உடனே மீட்பு படையினர் மீட்டு ஆம்புலன்சில் ஏற்றி மருத்துவமனைக்கு அழைத்துச் சென்றனர்.

"எல்லாருமே இனி எல்லாமே முடிஞ்சதுன்னு தான் நினைச்சோம். தன் உயிரை கூட பெருசா நினைக்காம ஒவ்வொருத்தரையா அக்கறைக்கு இழுத்து விட்டு போய் சேர்த்தான், அந்த பையன். அவன் நல்லா இருக்கணும். இத்தனை குழந்தைகளோட உயிரை காப்பாத்தி இருக்கான். அவன் நிலைமை என்னன்னு தெரியல, மேடம்," என்று பேராசிரியர் அங்குராஜ் பேராசிரியர் லதாவிடம் கூறினார். அவர் பேசிக் கொண்டிருக்கும் போது அவர் கண்கள்

ரவி அண்ணாவை கொண்டு சென்ற ஆம்புலன்ஸ் மேலயே இருந்தது.

20

கனத்த இதயத்தோடு அனைவருமே அவர்களின் விடுதி அறைக்கு திரும்பினார். இனி கிளம்பி கல்லூரிக்கு செல்வதே வேலை என ஆசிரியர்கள் கூறியதை கேட்ட மாணவர்களும் அவ்வாறே தங்களை தயார் செய்து கொண்டனர்.

தங்கள் பெட்டிகள் அனைத்தையும் எடுத்துக் கொண்ட மாணவ மாணவிகள் விடுதியின் அலுவலகத்துக்கு வந்து சேர்ந்தனர். அங்குராஜ் சார் அங்கிருந்த நிர்வாகியிடம் கையெடுத்து கும்பிட்டு நன்றி தெரிவித்தார். அந்த நிர்வாகியும் ஆசிரியரின் கைகளை பற்றி தன் வணக்கத்தையும் மரியாதையையும் தெரிவித்தார்.

"ரவி அண்ணாவுக்கு என்ன ஆச்சு? அவர் நல்லா இருக்காரா? ", என்று ஒரு மாணவன் கேட்க,

எதோ கூற வந்த அங்குராஜ் சாரின் கைகளை அழுத்திய நிர்வாகி, "அவர் நல்லா இருக்காருப்பா. நீங்க

எல்லாருமே அவர விசாரிச்சதா நான் சொல்றேன்," என்று கூறி,

"நீங்க எல்லாம் பத்திரமா போயிட்டு வாங்க. ஊருக்கு போயிட்டு ஒரு போன் போட்டு சொல்லுங்கப்பா," என்று கூறி மாணவர்களை வழி அனுப்பி வைத்தார்.

அங்குராஜ் சாரை பார்த்து கண்களை சிமிட்டி தலையை அசைத்தார் அந்த நிர்வாகி. அதற்கு மறுமொழியாக புன்னகைத்த அங்குராஜ் சாரின் கண்கள் கலங்கியது. ஏதும் பதில் கூறாமல் வந்து பஸ்ஸில் ஏறினார்.

சந்தோஷமாக கூத்தும் கும்மாளமுமாக தொடங்கிய பயணம் அமைதியாக மனதில் ஏதோ இனம் புரியாத வேதனையுடன் முடிவடைந்தது.

கல்லூரிக்கு அவர்கள் திரும்பி சில நாட்கள் ஆனது. மீண்டும் சிரிப்பு, ரகளை, கேலி, கிண்டல் என இயல்பு வாழ்க்கை அழகாக திரும்பியது. அவர்கள் கல்லூரி படிப்பின் இறுதி ஆண்டுக்குள் நுழைந்தனர். மேல் படிப்பு பிளேஸ்மெண்ட் ட்ரைனிங், ஆண்டர்பிரணர்ஷிப் ட்ரெயினிங், என

பல வழிகள் அவர்கள் கண்முன்னே இருந்தது. அதில் எதை தங்கள் வாழ்க்கைக்கு தேர்ந்தெடுப்பது என்ற யோசனையிலேயே பலரும் இருந்தனர். ப்ராஜெக்ட் செய்து முடித்தல் வேண்டும், இன்டெர்ன்ஷிப் செய்ய நல்ல இடம் கிடைக்க வேண்டும், என பல கவலைகளும் அவர்கள் மனதில் ஓட, இதனாலையே தூக்கம் என்று சிலர் அலைந்தனர்.

எதுவாக இருந்தாலும் பார்த்துவிடலாம் என்ற கல்லூரி மாணவ மாணவிகளுக்கே உள்ள தைரியம் அவர்களை வழிநடத்தியது.

21

ஒரு நாள் இரவு தன் வேலைகளை முடித்துவிட்டு விடுதியில் தூங்கிக் கொண்டிருந்தாள், அமராவதி. ஏனோ தூக்கமே வரவில்லை அவளுக்கு. போனில் தன் தோழியிடம் பேசிவிட்டு அவளையும் அறியாமல் தூங்கிப் போனாள்.

"அக்கா பயந்துட்டீங்களா?", என்று யாரோ கேட்டது போல உணர்ந்தவள் திடுக்கிட்டு எழுந்தாள்.

அருகில் இருந்த ஜன்னல் திறந்திருந்ததை பார்த்தவள், அதை சாத்திவிட்டு வந்து தூங்கலாம் என்று நினைத்தாள். ஜன்னல் வழியே கைகளை விட்டவள், அதன் வழியே வெளியே பார்த்தாள். ஹாஸ்டலுக்கு முன் ஒரு பெரிய லான் அமைந்திருந்தது. அதை பார்த்தவளுக்கு ஏனோ பயமாக இருந்தது.

"அக்கா பயந்துட்டீங்களா?", என்ற அந்த குரல் அவளை இயங்க விடாமல் செய்தது.

"நானும் பறப்பேனே...," என்று இசைத்த அந்த குரல், அவளை நடுங்க வைத்தது.

ஜன்னலை சாத்திவிட்டு வந்து கண்களை மூடி அமர்ந்தாள். தனக்குள் என்ன நடக்கிறது என்று ஒரு கணம் அமைதி காத்து யோசித்தாள். தன் மனதை தன் கட்டுப்பாட்டுக்குள் கொண்டு வர நினைத்தாள். அந்த கேள்வி அவள் மனதில் உதித்தது.

'தண்ணீரை சேர்த்து மேகம் மழையை பொழியும், மழையினால் ஏரி குளம் எல்லாம் நிறையும், நதி பெருக்கெடுத்து ஓடும், அருவி பொங்கி வரும், இந்த தண்ணீர் எல்லாம் எங்கே போய் சேரும்?'

இந்த கேள்வியை கேட்ட குரல் தானே இப்போது என்னை எழுப்பியது என்று உணர்ந்தாள். அது கபினியின் கைடு ரவி அண்ணாவின் உடைய குழந்தையின் குரல் ஆயிற்றே என்று உணர்ந்தாள். ஏன் இப்போது அந்த கேள்வி ஞாபகம் வந்தது? ஏன் என்னை தூங்க விடாமல் செய்கிறது அந்த குழந்தையின் முகம்? என்று ஏதேதோ கேள்விகள் அவளுக்குள் எழுந்தது.

பிறகு எப்படியோ அவளை அறியாமலேயே தூங்கினாள்.

விடிந்ததும் எழுந்து கல்லூரிக்கு செல்ல தயாரானாள். கல்லூரி வளாகத்தில் இருந்த கோவிலுக்கு சென்று தன் மனதை அமைதி படுத்திக்கொண்டாள். பின் தன் வகுப்பறைக்கு சென்றவள், தன் சக தோழியிடம் சகஜமாக பேச இயலாமல் தயங்கினாள்.

"என்னடி ஆச்சு ஏன் டல்லா இருக்க?", என்று நர்மதா கேட்டாள்.

"இல்ல, ஒன்னும் இல்ல," என்று வெரும் வாய் வார்த்தையாகவே கூறினாள் என்று அனைவருக்குமே புரிந்தது.

"ஹோம் சிக் ஆயிட்டியா? வீட்டு ஞாபகம் வந்துடுச்சா?", என்று சுமித்ரா கேட்டாள்.

"ம்... இல்ல, உங்க மூணு பேருக்கும் ஞாபகம் இருக்கா? போன வருஷம் கபினி டிரிப், ஒரு சின்ன குழந்தை கூட நைட் விளையாடினோமே," என்று கேட்டாள்.

"ஆமா நல்ல ஞாபகம் இருக்கு. அந்த கைடு ரவி அண்ணா ஓட பொண்ணு தானே," என்று சிந்து சரியாக கூறினாள்.

"அவ கடைசியா நம்மகிட்ட ஒரு கேள்வி கேட்டாளே, ஞாபகம் இருக்கா? ", என்றாள் அமராவதி.

"ஆமா அவ பேரு அந்த கேள்வியோட பதில்ல இருக்குன்னு சொன்னா," என்றாள் நர்மதா.

"அந்தக் கேள்வியே தான் என் மனசுல ஓடிட்டு இருக்கு, அவ முகம் அவளோட குரல், சிரிப்புன்னு எதுவுமே என்ன இயங்க விடாம பண்ணுது", என்று கூறி கண் கலங்கினாள்.

"என்ன சொல்ற? என்ன ஆச்சு? ஏன் அழுகுற?," என்று சிந்து கேட்டாள்.

"இல்ல, ஒன்னும் இல்ல, நான் இன்னைக்கு சாயந்திரம் பஸ்ஸில மைசூர் போறேன். ஊர் ஞாபகமா இருக்கு," என்று கூறிவிட்டு எழுந்து சென்றாள்.

ஏன் அமராவதி இப்படி குழப்பமாக இருக்கிறாள், என்று தோழியர் மூவருமே வருந்தினர்.

அவளுக்கு ஆறுதலாக இருக்கலாம் என்று எண்ணினால், அவளோ தனிமையை விரும்பினாள். எல்லாம் சரியாகிவிடும், அவள் இரண்டு நாட்கள் ஊருக்கு சென்று வரட்டும் என்று ஒருவரை ஒருவர் தேற்றிக் கொண்டனர்.

22

மழைத்துளிகள் சாரல் போல தூர, தெருவெங்கும் ஈரமாகவே இருந்தது. மேலே ஆகாயமும் மழை பொழியுமா பொழியாத என்ற குழப்பத்துடனேயே இருள் சூழ்ந்த வெளிச்சத்துடன் காணப்பட்டது. மனம் குழப்பமாக இருக்கும் சமயத்தில் அழகான இயற்கை காட்சியை கூட ரசிக்க மனம் தவறுகிறது. சூரியன் கண்ணாமூச்சி விளையாட்டு விளையாட, அமராவதியோ நீண்ட தூரமாக வளைந்து நெளிந்து செல்லும் பாதையை ஏக்கத்தோடு பார்த்துக் கொண்டிருந்தாள்.

"பாப்பா, இதுதானே நீ சொன்ன இடம்? ", என்று டிரைவர் கேட்க.

"ஆம்," என்று கூறிவிட்டு இறங்கி சென்றாள் அவள் கபினி விலங்குகள் சரணாலயத்துக்கு சொந்தமான விடுதியின் அலுவலகத்துக்கு வந்திருந்தாள்.

அன்று இங்கே எத்தனை அழுகைகள், குமுறல்கள். ஆம்புலன்ஸ், ·பயர் இன்ஜின், போலீஸ் ஜிப் என்று

இடமே கலேபரமாக இருந்தது. ஆனால், இப்போது அப்படி நடந்த சுவடே இல்லாமல் அமைதியாக அந்த இடத்தை பார்க்க விநோதமாக இருந்தது. இந்த அமைதியில் இருக்கும் ரகசியத்தை அறிய விரும்பினாள்.

"சொல்லுங்கம்மா, என்ன வேணும்? ", என்று அங்கிருந்த ஒரு ஊழியர் கேட்டார்.

"நான் இங்க ஒரு ஆறு மாசம் முன்னாடி காலேஜ் டிரிப்புக்கு வந்திருந்தேன். எங்களோட கைடு ரவி, அவர பாக்கணும்," என்று கேட்டாள்.

"என்ன விஷயமா பார்க்கணும்," என்று கேட்டார் அந்த ஊழியர்.

என்ன பதில் கூறுவது என்று தெரியாமல் விழித்தாள். அந்த சமயத்தில் விடுதியின் மேலாளர் அங்கே வர, அவரிடம் அந்த ஊழியர், "இவங்க ரவிய தேடி வந்துருக்காங்க, சார்," என்றார்.

"யாருமா நீங்க? என்ன விஷயமா வந்து இருக்கீங்க," என்றார் அந்த மேலாளர்.

"நான் அமராவதி இங்க மைசூர்ல, ராஜ் இண்டஸ்ட்ரீஸ் தெரியுமா? அந்த ∴பேமிலிய சேர்ந்த பொண்ணு நான். கைடு ரவியை பார்க்கணும்," என்று தெளிவாக கூறினாள்.

ராஜ் இண்டஸ்ட்ரீஸ் அப்போது பெரிய ஸ்தாபனம். பட்டு நூல்கள் தயாரிக்கும் தொழிற்சாலை, பட்டுப் புடவைகள் நெய்யும் தொழிற்சாலை, ஹோட்டல் என பல தொழில் முனைவோர் அவர்கள். அவர்கள் குடும்பத்தின் மீது மைசூர் வாழ் மக்களுக்கு எப்போதுமே பெரிய மரியாதை இருந்தது. ஏனென்றால், அவர்கள் பலதரப்பட்ட மக்களுக்கும் வேலை வாய்ப்பை வழங்கியவர்கள். அவர்களுடைய ஹோட்டலில் அன்றாட வேலை செய்பவராகட்டும், ஏழை எளிய மக்கள், பெரும் வசதி படைத்தோர் என அனைவருக்கும் சமபந்தி போஜனம். விலையும் ரூபாய் 15க்கு மிகாமல் எந்த உணவும் கிடையாது. தரமான பொருட்களை வைத்து சுவையான ஆரோக்கியமான உணவுகளை விற்பனை செய்பவர்களும் அவர்களே.

அவர்களுடைய தொழிற்சாலையில் தயாரிக்கப்படும் பட்டுப் புடவைகளுக்கு தனி கிராக்கி இருந்தது. வேறு மாநிலத்தில் இருந்தும் கூட வந்து இவர்கள் தொழிற்சாலையில் இருந்து பட்டுப்புடவைகளை வாங்கி விற்பனை செய்பவர்களும் இருந்தனர். நம்பகத்தன்மை வாய்ந்த பட்டுப்புடவை நெசவாளர்களுள் ராஜ குடும்பத்தை சேர்ந்தவர்களும் இருந்தனர்.

அப்பேர்ப்பட்ட குடும்பத்தை சேர்ந்த பெண் என்பதால் அமராவதிக்கு தனி மரியாதை கொடுக்கப்பட்டது.

"அம்மா உங்களுக்கு அவரை எப்படி தெரியும்?", என்றார் அந்த மேலாளர்.

"நான் என்னோட காலேஜ் டரிப்புக்காக இங்க ஒரு ஆறு மாசம் முன்னாடி வந்துருந்தேன். அப்ப அவர்தான் எங்களோட கைடு," என்றாள்.

"பி எஸ் ஜி காலேஜ் பசங்களா?", என்று மிகச் சரியாக கேட்டார்.

"ஆமா," என்றாள்.

சற்று யோசித்தவர், "நீங்க வந்திருந்தப்போ தானே அந்த போட் சிங் ஆச்சு ", என்றார்.

"ஆமா, அவர பாக்கணும். அவர் எப்படி இருக்காரு," என்றாள்.

ஒரு பெருமூச்சு விட்டவர், "அவர் அந்த ஆக்சிடென்ல இறந்துட்டாரு மா," என்று கூறிவிட்டு எதுவும் பேச இயலாமல் இடது புறமாக திரும்பிக்கொண்டார்.

"என்ன சொல்றீங்க? அன்னைக்கு அவர ஹாஸ்பிடல் கூட்டிட்டு போனாங்களே," என்றாள் பதட்டத்தோடு.

"ஆமாமா போற வழியிலேயே அவர் உயிர் பிரிஞ்சிடுச்சு," என்றார் வருத்தமாக.

அமராவதிக்கு என்ன பேசுவது என்றே புரியவில்லை. "அவருடைய குழந்தை," என்று கூறினாள், அவளுடைய குரல் வெளியே வராமல் தவித்தது.

"ஆசிரமத்தில சேர்த்துட்டோம். அவருக்கு வேற யாரும் இல்லை," என்றார் அந்த மேலாளர்.

அப்போது பலமாக இடி இடித்தது, மழை பெய்தது. என்ன கூறுவது என்று புரியாமல் எழுந்து அந்த மழையில் நடந்து வந்தாள். அவள் பெரும் மழையில் நனைவதை பார்த்த அந்த டிரைவர் ஓடி வந்து அவள் நனையாமல் இருக்க குடை பிடித்தார்.

காரில் ஏறியவள், எதுவுமே பேசாமல் அமைதியாக இருந்தாள்.

"பறந்து போயிடுவேன்," என்று கூறிய அந்த குழந்தையின் குரல், அவளின் மழலை மாறாத சிரிப்பு, குழந்தைத்தனமான பேச்சு என்று அவள் நினைவுகள் அமராவதியை வாட்டி வதைத்தது.

அவள் பெயரைக் கொண்ட அந்த கேள்வி அவள் மனதில் நிறைந்து இருந்தது.

23

பெரும் இடியுடன் மழை பெய்து கொண்டிருந்தது. இவர்கள் செல்லும் வழியில் மழையினால் ஒரு மரம் வேரோடு சாய்ந்து இருந்தது. அதனை அகற்றும் பணி தீவிரமாக நடந்து கொண்டிருந்தது. அதனை கவனித்தவள், ஏதோ யோசனையில் மூழ்கினாள். அந்த ஆசிரமத்திற்கு சென்று அந்த குழந்தையை பார்க்க எண்ணினாள். அதனை அந்த டிரைவரிடம் கூறினாள், உடனே அவர்கள் அந்த ஆசிரமத்தை சென்றடைந்தனர். ஆசிரமத்தை அடைந்ததும் அங்கே இருந்த ஊழியரிடம் தன் விவரங்களை கூறி அந்த குழந்தையை பற்றி விசாரித்தாள்.

"நீங்க அந்த குழந்தைக்கு எந்த வகையில் சொந்தம்? ", என்று அந்த ஊழியர் மரியா கேட்க,

"சொந்தமா? ", என்று கூறி விட்டு சிரித்தவள், "எந்த சொந்தமும் இல்லை, எனக்கு யாரும் இல்லை," என்று கூறினாள்.

"ராஜ் குடும்பத்தை சேர்ந்த பொண்ணுன்னு சொன்னிங்களே?," என்று கேட்டார் அந்த ஊழியர்.

"ராஜ் இண்டஸ்ட்ரீஸ்ல, பட்டுப்புடவை நெய்யும் ·பேக்டரில, வேலை செஞ்சவரு எங்க அப்பா. அவங்க பேக்டரில, ஆபிஸ்ல வேலை செய்றவங்கல அவங்க குடும்பத்தை சேர்ந்தவங்கன்னு தான் சொல்லுவாங்க. அந்த வகையில் நான் ராஜ் இண்டஸ்ட்ரீஸ் குடும்பத்தை சேர்ந்த பொண்ணு தான்," என்று கூறினாள்.

"ம்...," என்று சிரித்து விட்டு அந்த ஊழியர் மரியா, "அந்த குழந்தையோட பெயரையாவது சொல்லு," என்றார்,

அதற்கு பதிலாக சிரித்த அமராவதி,

"தண்ணீரை சேர்த்து வச்சு மேகம் மழை பொழியும்,... மழையினால் ஏறிக்கொள்ளும் எல்லாம் நிறையும்,... நதியெல்லாம் பெருக்கெடுத்து ஓடும்,... அருவி எல்லாம் பொங்கி வரும்,... இந்த தண்ணி எல்லாம் எங்க போய் சேரும்?", என்று அந்த கேள்வியை கேட்டாள்.

"என்ன இது? ", என்ற அமராவதியை பார்த்து கேட்டார் மரியா.

"இந்த கேள்வியை தான் அந்த பொண்ணு என்ன பார்த்து கேட்டா. நான் அவ பேரு கேட்டப்போ", என்று கூறி புன்னகைத்தாள்.

"சரியா தான் கேட்டு இருக்கா. இந்த கேள்விதான் உன்னை இதுவரைக்கும் கூட்டிட்டு வந்திருக்கோ? ", என்று கேட்டார்.

"ஆமா," என்றாள்.

"அவ பேர சொல்லட்டுமா? " என்று மரியா கேட்டார்.

"இல்ல வேண்டாம், அவளை பாக்கணும்," என்றாள்.

"சரி," என்று மரியா ஒரு உதவியாளரை அனுப்பி அந்த குழந்தையை அழைத்து வரும்படி கூறினார்.

அந்த ஒரு சில நிமிடம் காத்திருந்தபோது, அவள் மனது பட பட என அடித்துக் கொண்டது. மழை பெய்து ஒய்ந்திருந்தது. அந்த குளிரில், ஒரு

பச்சை நிற ஸ்வெட்டர் அணிந்து வெண்ணிலாவை போன்ற அந்த குழந்தை அலுவலக அறையினுள் நுழைந்தது.

அந்த குழந்தை வந்ததை ஜாடை செய்த மரியா, "வாங்க, வாங்க, உங்கள பாக்க யார் வந்திருக்கா, பாருங்க," என்று கூறினார்.

"குட் மார்னிங் மேடம்," என்று கூறிய அந்த குழந்தை அமராவதியை பார்த்தது. பார்த்த மாத்திரத்தில் புன்னகைத்த குழந்தை, "அக்கா கேள்விக்கு பதில் கிடைச்சிடுச்சா?," என்று கேட்டாள்.

அவள் அவ்வாறு கேட்ட அந்த நொடியே தான் அமர்ந்திருந்த நாற்காலியில் இருந்து எழுந்து வந்து அந்த குழந்தையை தூக்கி அவள் கன்னத்தில் முத்தமிட்டு அவளை தூக்கி பிடித்தாள்.

"எப்படி இருக்க அம்மு?", என்றாள்.

"ம்... இருக்கேன். அப்பாவும் எங்க போனாருன்னு தெரியல. ராமசாமி தாத்தா என்னை இங்க கொண்டு வந்து விட்டுட்டு போயிட்டாரு. நான்

இங்கேயே தான் இருக்கேன்," என்று சற்று வருத்தமாக கூறினாள்.

"இங்க பாரு, அப்பா உனக்கு ஆகாயம் வரைக்கும் போற மாதிரி ஒரு வண்டிய வாங்க போயிருக்காரு, அது வரைக்கும் நான் தான் உன்னை பார்த்துக்குவேன்," என்றாள்.

"அப்படியா? எனக்கு யாருமே சொல்லலையே," என்று சந்தோஷமானாள் அந்த குழந்தை

"அதுதான் இப்ப நான் சொல்லிட்டேன்ல," என்று கூறி அவளை இறக்கிவிட்டு, அவள் உயரத்திற்கு மண்டியிட்டு அவள் தலையோடு இவளும் செல்லமாக இடுத்துக் கொண்டு விளையாட்டு காண்பித்தாள். "என் பேரு அம்மு இல்லக்கா," என்றாள் அந்த குழந்தை.

"என்ன, என்னோட அம்மா இருந்த வரைக்கும் அம்முன்னு தான் கூப்பிடுவாங்க," என்றாள் அமராவதி.

புன்னகைத்த அந்த குழந்தை அமராவதியை கட்டி அணைத்து முத்தம் கொடுத்தது. எழுந்து நின்று

மரியாவிடம், "நான் இந்த குழந்தையை கூட்டிட்டு போலாமா?," என்று கேட்டாள்.

விநோதமாக பார்த்த மரியா, "எங்க?", என்றார்.

"என் கூட, என் வீட்டுக்கு," என்றாள்.

"ஒரு குழந்தையை கொண்டு வந்து ஆசிரமத்தில விடரதுக்கு எத்தனை புரோசிஜர் இருக்கோ, அதே மாதிரி தான் அந்த குழந்தையை கூட்டிட்டு போறதுக்கு நிறைய புரோசிஜர் இருக்கு. நீ நினைச்ச உடனே கூட்டிட்டு போக முடியாது," என்று பொறுமையாக கூறினார்.

"என்ன ப்ரொசீஜர் இருக்கு? ", என்று எதுவும் புரியாமல் கேட்டாள்.

"இந்த குழந்தையை கூட்டிட்டு போகணும்னா நீ இவள தத்தெடுத்து கூட்டிட்டு போகணும். கூட்டிட்டு போறதுக்கு உனக்கு கல்யாணம் ஆயிருக்கணும். அது பாசபில் இல்ல, நீ இப்ப யார் கூட இருக்க?", என்றார்.

"நான் தனியா தான் இருக்கேன். அம்மா அப்பா ரெண்டு பேருமே தவறிட்டாங்க. கிட்டத்தட்ட நானும்

இந்த குழந்தையும் ஒரே நிலைமையில தான் இருக்கோம் ", என்றாள்.

"அப்புறம் உன் செலவுகள் எல்லாம் எப்படி பாத்துக்குறே? ", என்றார் மரியா.

"அப்பாவுக்கு ராஜ் இண்டஸ்ட்ரிஸ்ல இருந்து ∴பேமிலி ∴பண்ட்ன்னு வருது, அது போக எங்க கார டிராவல்ஸ்ல லிங்க் பண்ணதுல கொஞ்சம் பணம் வருது. அதுல நான் படிக்கறதுக்கு அப்புறம் என்னோட செலவுகளை பாத்துக்குறேன்," என்றாள்.

"உனக்கும் யாரும் இல்ல. நீயும் ஒரு சின்ன பொண்ணு தான். உனக்கு வர வருமானம் உனக்கே சரியா இருக்கும். அதுல எப்படி இந்த குழந்தையை கூட்டிட்டு போய் உன்னால சமாளிக்க முடியும்," என்று அக்கறையுடன் பொறுமையாக கேட்டார். என்ன பதில் கூறுவது என்று தெரியாமல் தலையை குனிந்து அமராவதி பேச தொடங்கினாள்.

"என்னோட அம்மா நான் சின்ன வயசுல இருந்தப்பவே இறந்துட்டாங்க. என்ன எங்க அப்பா தான் வளர்த்தாரு, சொந்த பந்தம்ன்னு யாருமே எங்களுக்கு

எப்பவுமே உதவி பண்ணல. அழுகும் போது கூட எங்கள சமாதானப்படுத்த யாரும் இல்ல. திடீர்னு ஒரு நாள் எங்க அப்பாவும் இந்த உலகத்தை விட்டுட்டு போயிட்டாரு. என்ன அரவணைக்கவும் பாதுகாப்பு கொடுக்கவும் யாரும் இல்லை. எங்க அப்பாவோட ஆபீஸ்ல இருந்து வந்தவங்க எனக்கு மாசம் மாசம் பணம் கொடுக்குறதா சொன்னாங்க. நான் படிச்சு முடிச்சு வேலைக்கு போற வரைக்கும் அவங்க எனக்கு கொடுக்கிற பணம் எனக்கு பாதுகாப்பா இருக்கும்னு சொன்னாங்க. எனக்கு ஒரு தைரியம் வந்தது. நாம நம்மள பாத்துக்க முடியும்னு தோணுச்சு. நான் என் வாழ்க்கையை சுயமா லீட் பண்ணிட்டு இருக்கேன். இன்னும் ஆறு மாசம், எனக்கு படிப்பு முடிய போகுது. நிச்சயம் என்னால இன்னும் பெட்டரான ஒரு லைஃப் ஸ்டைலுக்கு போக முடியும். இவள நான் நல்ல பாத்துக்குவேன். படிக்க வைக்கிறேன். என்னதான் அரவணைக்க யாரும் இல்ல. இவளுக்கு நான் இருக்கேன். நான் இவள அடாப்ட் பண்ணிக்கிறேன்," என்று கூறி முடித்தாள்.

இவள் பேசியது அனைத்தையும் பொறுமையாக கேட்ட மரியா.

"இந்த குழந்தை உன்ன மாதிரியே ஒரு சூழ்நிலையை ∴பேஸ் பண்ணுதுன்னு உனக்கு இவ மேல ஒரு பாசம் வந்து இருக்கு. அது எனக்கு புரியுது. என் கண்ணுக்கு என்ன தெரியுதுன்னு சொல்லட்டுமா?", என்று கேட்டு விட்டு நிறுத்திய மரியா.

"இரண்டு பெண் குழந்தைகள்," என்று கூறி அவ்விருவரையும் காண்பித்தார்.

"நீ உன் வாழ்க்கையில கஷ்டத்தை மட்டும் தான் பார்த்து இருக்கே, இனி நீ சம்பாதிக்க போற, உன் வாழ்க்கைய நீயே பாத்துக்க முடியும். யார் கையையும் நீ எதிர்பார்த்து இல்ல. உனக்குன்னு ஒரு வாழ்க்கை அமைச்சுக்க உனக்கு உரிமை இருக்கு. அப்ப நீ இந்த குழந்தைய அடாப்ட் பண்றது உன் வாழ்க்கைக்கு இடைஞ்சலாக கூடாது இல்லையா," என்று கேட்டார்.

சற்று யோசித்த அமராவதி, "இந்த குழந்தைய செட்டில் பண்ற

வரைக்கும் நான் கல்யாணம் பண்ணிக்க மாட்டேன்," என்று கூறினார்.

அவள் கூறியதை கேட்டு என்ன கூறுவது என்று தெரியாமல் சிரித்தார் மரியா.

"நீ ஒரு முடிவோடு தான் இருக்க. சரி, அப்படின்னா ஒரு கவர்மெண்ட் ஸ்டாப்ஃ கிட்ட, இல்லனா ஒரு கவர்மெண்ட் ஆபிசர் கிட்ட இந்த குழந்தையை தத்தெடுத்துகிறேன்னு சொல்லி உன்னோட அடையாள அட்டையை குடுத்து அதுல ஒரு சைன் வாங்கிட்டு வா. நான் இவள உன் கூட அனுப்பி வைக்கிறேன்," என்று கூறினார்.

இது எளிதான காரியம் என்று நினைத்த அமராவதி மிகவும் சந்தோஷமானாள்.

"அம்மு கூடிய சீக்கிரமே நான் உன்னை கூட்டிட்டு போறேன். உனக்கு யாரும் இல்லைன்னு இனி நினைக்க கூடாது. உனக்கு இனி நான் இருக்கேன்," என்று கூறி அவள் நெற்றியில் முத்தமிட்டாள். மரியாவிடம் விடை பெற்று ஆசிரமத்தில் இருந்து மிகவும் ஆனந்தமாக வெளியே வந்தாள்.

24

அமராவதி வாழ்க்கையில் தனக்கு ஏற்படும் கஷ்டங்களையும் துயரங்களையும் சவாலாக எடுத்துக்கொண்டு அதில் போராடி வெற்றியடையும் குணம் படைத்தவள். இதுவரை தன் வாழ்க்கையில் அவள் அனுபவித்து வரும் சவால்களை யாரிடமும் அவள் பகிர்ந்து கொண்டதில்லை. தன் தாய் தந்தை இறந்ததையோ தான் தனியே வளர்கிறாள், என்றோ அவள் இதுவரையிலும் யாரிடமும் கூறியதில்லை. தன்னை அரவணைக்க யாரும் இல்லை என்ற போதிலும் தன்னைப் போன்றே வளரும் ஒரு குழந்தையை அரவணைக்க எண்ணினாள்.

தனது கல்லூரிக்கு வந்து சேர்ந்தாள். விடுதியில் குளித்து முடித்து உணவு உண்டு விட்டு தன் வகுப்பறைக்கு சென்றாள்.

" ஏ, அமராவதி வந்துட்டா," என்று நர்மதா கூற,

மூன்று தோழிகளும் அவளை ஓடிச் சென்று அணைத்துக் கொண்டனர்.

"என்னடி நீ, அன்னிக்கு நீ சரியாவே பேசலன்னு எங்களுக்கெல்லாம் ரொம்ப வருத்தமா இருந்துச்சு. நான் ஊருக்கு போய் கூட உன்னை பத்தி தான் யோசிச்சிட்டு இருந்தேன்," என்றாள் சுமித்ரா.

"ஹாஸ்டல அம்மா, அப்பா எல்லாரையும் விட்டுட்டு இருக்கிறது ரொம்ப கஷ்டம் தாண்டி, இப்பதான் நம்ம பைனல் இயர் வந்துட்டோமே, நீ வெளியே எல்லாம் வரலாமே. நாம நம்ம பிரெண்ட்ஸ் வீட்டுக்கு எல்லாம் போயிட்டு வரலாம். உனக்கும் நல்லா இருக்கும்," என்றாள் சிந்து.

சிந்து கூறியதை கேட்டு சிரித்த அமராவதி, "சரி, இனிமே வீக்கெண்ட்ல வெளியே போகலாம்," என்றாள்.

"சரி ஊருக்கு போனியே எல்லாரும் எப்படி இருக்காங்க? ரெண்டு நாள் ஜாலியா இருந்தியா?", என்று கேட்டாள் நர்மதா.

"ம்...எல்லாமே மாறி இருந்துச்சு... அன்னைக்கு நாம எந்த நிலைமையில அங்க இருந்து வந்தோமோ அதுக்கு மாற எதுவுமே நடக்காத மாதிரி அந்த இடமே அமைதியா இருந்தது. இதுதான் வாழ்க்கை போல நாட்கள் போக போக எல்லாமும் எல்லாரும் மாறிக்கிட்டே இருப்பாங்க," என்று கூறிவிட்டு சிரித்தாள்.

"என்ன சொல்ற? நீ எங்க போயிட்டு வர? ", என்று சிந்து சற்று கோபமாக கேட்டாள்.

"கபினி", என்று கூறினாள்.

"கபினியா? அங்க எதுக்கு போன? அன்னைக்கு அந்த குழந்தையை பத்தி சொன்னியே அவளை பாக்கவா? ", என்றாள் நர்மதா.

"ஆமா" என்று மட்டும் கூறினாள்.

"எதுக்கு போன? சரி அவள போய் பார்த்ததுனால உனக்கு என்ன கிடைச்சது? நீ தேவையில்லாம அவளை பத்தி யோசிச்சு ஸ்ட்ரெஸ் ஆயிட்டு இருக்க," என்றாள் சுமித்ரா.

"அங்க போனதுனாலயும் அந்த குழந்தையை பார்த்துட்டு வந்ததுனாலயும்தான் என் வாழ்க்கைக்கு ஒரு அர்த்தம் கிடைச்சதா நான் நினைக்கிறேன்," என்று பொறுமையாக கூறினாள் அமராவதி.

"என்ன அர்த்தம் கிடைச்சது இப்போ? அந்த குழந்தையை பத்தி கவலைப்பட அவ அப்பா இருக்காரு," என்றாள் சிந்து கோபமாக.

"இல்ல," என்றாள் அமராவதி அழுத்தமாக. ஒரு நொடி நால்வருமே அமைதியாக இருந்தனர்.

"இல்ல, அந்த குழந்தையை பாத்துக்க அவங்க அப்பா இல்ல. அவர் அன்னைக்கு நடந்த விபத்துல ஹாஸ்பிடல் கூட்டிட்டு போற வழியிலேயே இறந்துட்டாராம்," என்று கூறினாள்.

சிறிது நேரம் பொறுமையுடன் இருந்த சிந்து, "சரி எனக்கு புரியுது. அது சின்ன குழந்தை அம்மா அப்பாவை இழந்துட்டு தனியா நிக்கிறா," என்று கூறி அமராவதியின் தோள் மீது கை வைத்தாள்.

"நாம என்னடி பண்ண முடியும்? அந்த குழந்தையை நினைச்சு பரிதாப படலாம். நம்மளால முடிஞ்சா ஏதாவது ஹெல்ப் பண்ணலாம்,"என்றாள் நர்மதா.

அவளைத் தொடர்ந்த சுமித்ரா, "வாழ்க்கைக்கு அர்த்தம் கிடைக்கிற அளவுக்கு என்னடி இருக்கு. இந்த மாதிரி ஆயிரம் குழந்தைகள் வளர்றாங்க," என்றாள். அப்போது சட்டு என்று சுமித்ராவின் முகத்தை பார்த்த அமராவதி, "இந்த மாதிரி ஆயிரம் குழந்தைகள் வளர்றாங்க இல்ல. அப்படி வளரவங்களை யாராவது ஒருத்தருடைய உணர்வுகளை நேரில் பார்த்திருக்கீங்களா?", என்று கூறிக் கொண்டே கண்ணீர் கோர்த்த கண்களால் பேசினாள்.

என்ன பேசுவது என்று தெரியாமல் மூவரும் அமைதியாக அமர்ந்திருந்தனர்.

"உங்களுக்கு தூங்கும் போது யாராவது பக்கத்துல இருப்பாங்களா? அம்மா, அப்பா, அக்கா, அண்ணா, யாராவது கூட இருப்பாங்களா? திடீர்னு கண்ணை தொறந்து பார்த்தா அது எல்லாமே

கனவுன்னா உங்களுக்கு எப்படி இருக்கும்?", என்று கேட்டு நிறுத்தினாள்.

"இங்க பாரு, நீ...," என்று ஏதோ கூற வந்த சிந்துவை நிறுத்தி,

"அப்படித்தான் எனக்கு ஒவ்வொரு நாளும் இருக்கும்," என்று கூற அமராவதியின் மனதில் இருந்த பாரம் அழுகையாய் வெடித்தது.

அவள் கூறுவது என்ன என்று புரிந்தும் புரியாமலும் குழப்பத்துடன் சக தோழிகள் மூவரும் அவளை சுற்றி அமர்ந்திருந்தனர்.

"ஆசை ஆசையாய் என்னை கொஞ்சுன அம்மாவோட முகம் என் கனவுல தான் எனக்கு தெரியும். என்ன பாசமா பார்த்துகிட்ட என் அப்பாவோட கைகள் கனவில் தான் என்ன தொடும். அவங்களோட உடை தான் எனக்கு அவங்களோட உருவம். நாளைக்கு எனக்கு ஏதாவதுனா கேக்குறதுக்கு யாருமே இல்ல," என்று கூறி அழுதாள்.

"நீ என்னடி சொல்ற? உங்க அப்பா?", என்று கூறிய நர்மதாவிடம்,

"நான் ஃபர்ஸ்ட் செமஸ்டர் லீவுக்கு ஊருக்கு போயிருந்தேனே, நான் லீவ் முடிஞ்சு வர்றதுக்கு கொஞ்சம் லேட் ஆயிடுச்சு ஞாபகம் இருக்கா," என்று அமராவதி கேட்டாள்.

ஆம் ஞாபகம் இருக்கிறது என்பது போல மூவரும் தலை அசைத்தனர்.

"அப்போ ஃபேக்டரில நடந்த ஒரு ஆக்சிடென்ட்ல, என் அப்பாவுக்கு," என்று கூறி அழுதாள்.

இதைக் கேட்ட மூவருக்குமே தூக்கி வாரி போட்டது. "என்னடி சொல்ற? ஏண்டி என்கிட்ட எல்லாம் சொல்லல? ", என்று மூவரும் மாறி மாறி கேள்வி துளைகளை அமராவதியின் மேல் எறிய,

"யார்கிட்டயும் சொல்லல நான் மறுபடியும் படிக்க முடியுமா அப்படிங்கற சூழ்நிலை எல்லாம் வந்தது. அது எல்லாத்தையும் தாண்டி எங்க அப்பா அவரோட ஆபீஸ்ல எடுத்து இருந்த நல்ல பெயர்னால எங்க எம்டி சார் என்ன படிக்க வைக்கிறேன்னு சொன்னார். நான் ஒரு வேலையில சேர்ர வரைக்கும் எனக்கு மாசம் மாசம்

உதவி தொகை வந்துட்டு இருக்கு," என்று மனதில் நிறைந்த வலிகளோடு கூறினாள்.

இதைக் கேட்ட மூவருமே அமராவதியை கட்டி அணைத்துக் கொண்டனர். மூவருமே அமராவதியை தங்கள் நெஞ்சோடு ஒரு குழந்தை போல சாய்த்து கொண்டனர். அமராவதியோ மற்ற மூவரையும் தன் கைகளால் அணைத்து தலையிலே சாய்த்துக் கொண்டாள். சிறிது நேரம் கழித்து தங்களை ஆசுவாசப்படுத்தி கொண்ட நால்வரும் அவரவர் இடத்தில் அமர்ந்தனர்.

"இந்த மாதிரி நிலைமை ஆயிரம் பேருக்கு இருக்கலாம். அவங்க எல்லாரும் என் கண் முன்னாடி இல்ல. என் கண் எதிரே ஒரு குழந்தை அதே சூழலில் வளருது. வளரட்டும்னு நான் கைய கட்டி பாத்துட்டு இருக்க முடியாது. அவளுக்கு இனி நான் இருக்கேன். எனக்காக அவ இருப்பா," என்று கூறினாள்.

அவள் கூறியதை கேட்ட மூவரும், "அதுக்கு நீ என்ன பண்ண போற?", என்று கேட்டனர்.

"நான் அந்த குழந்தையை தத்தெடுத்துக்க போறேன்," என்று கூறினாள்.

"தத்தெடுக்க போறியா? ", என்று சிந்துவும் சுமித்ராவும் ஆச்சரியமாக கேட்க.

"தத்தெடுக்கிறதுன்னா என்ன சாதாரண விஷயமா? உனக்கு உறவுகள் இல்லதான், ஆனா நாங்க இருக்கோம் டி. உனக்கு நாளைக்கு ஒரு வாழ்க்கை இருக்கு," என்று நர்மதா ஆவேசமாக பேசினாள்.

"ஏய் அதுவும் இல்லாம, எப்படி முடியும்? அது ஒரு பெண் குழந்தை படிக்க வைக்க, அது இதுன்னு செலவுகள் இருக்கே. தனியா எப்படி இது எல்லாம் சமாளிக்க முடியும்," என்று சிந்து கேட்டாள்.

"நான் மேல படிக்க விரும்பல. ப்ளேஸ்மென்ட்ல வேலைக்கு போறதுன்னு முடிவு பண்ணிட்டேன்.

அப்போ என்னால அந்த குழந்தையோட படிப்பு செலவ பேலன்ஸ் பண்ண முடியும்," என்று தெளிவாக கூறினாள். "அதுமட்டுமில்லாம அந்த குழந்தையை செட்டில் பண்ற வரைக்கும் எனக்கு வாழ்க்கை இல்ல. சொல்லப்போனா இனீ அந்த குழந்தைதான் என வாழ்க்கை," என்று அழுத்தம் திருத்தமாக கூறினாள். எவ்வளவு சமாதானம் கூறியும் அதை ஏற்க அமராவதி தயாராக இல்லை. அவள் அந்த குழந்தையை தத்தெடுப்பதில் தீர்மானமாக இருந்தாள்

"சரி, தத்தெடுக்கிறது ஒன்னும் சாதாரண விஷயம் இல்லையே, அதுக்கு எல்லாம் நிறைய ப்ரொசீஜர் இருக்கு இல்ல," என்ற சுமித்ரா கேட்க

"ஆமா. என்ன ஒரு கவர்மென்ட் ஆபீஸர் கிட்ட லெட்டர் எழுதி அட்டெஸ்டேஷன் வாங்கிட்டு வர சொல்லி இருக்காங்க," என்றாள்.

"எல்லாத்தையும் விசாரிச்சுட்டே வந்துட்டியா," என்று சுமித்ரா பார்க்க.

இவள் நாம் என்ன கூறினாலும் கேக்க மாட்டாள். இவளை

அங்குராஜ் சாரிடம் அழைத்து செல்வதுதான் சரி என்று நினைத்த சிந்து,

"நம்ம அங்குராஜ் சார், அட்டெஸ்டேஷன் பண்ணுவாரே, அவர் கிறீன் இங்க் ஹோல்டர் தானே", என்றாள்.

அங்குராஜ் சாரிடம் பேசி கையெழுத்து வாங்குவது சுலபம் என்று நினைத்த அமராவதி சந்தோஷமானாள்.

25

மாலை கல்லூரி வகுப்புகள் முடிந்த பின், அவரை நேரில் சந்தித்து பேசலாம் என்று நால்வரும் அவருடைய அறைக்கு சென்றனர். நால்வரையும் ஒன்றாக பார்த்த ஆசிரியர்,

"என்ன நாலு பிரகஸ்பதியும் ஒண்ணா வந்து இருக்கீங்க," என்றார்.

"சார், அமராவதி ஒரு விஷயமா உங்க கிட்ட பேசணும்னு வந்து இருக்கா," என்றாள், நர்மதா. உடனே அவர் அமராவதியை பார்த்தார்.

என்ன கூறுவது எப்படி கூறுவது என்று புரியாமல் தடுமாறினால் அமராவதி.

"சார், அன்னைக்கு நெட் கபினில, நாங்க நாலு பேரும் லான்ல விளையாடிட்டு இருந்தோம். அப்போ ஒரு குழந்தை...," என்று அன்று நடந்த நிகழ்வுகளை சுமித்ரா தெளிவாக எடுத்துக் கூறினாள்.

அனைத்தையும் பொறுமையாக கேட்டார் அங்கு ராஜ். மேலும் தொடர்ந்த அமராவதி,

"என்ன அந்த குழந்தையோட குரல் தூங்க விடாம பண்ணுச்சு சார். அதனால நான் நேத்து மைசூர் போயிருந்தப்போ ஒரு கார் வாடகைக்கு எடுத்துட்டு கபினி போனேன். அங்க போனப்போ தான் எனக்கு தெரிஞ்சது, அந்த குழந்தை அனாதை ஆசிரமத்தில இருந்ததுன்னு. அவங்க அப்பாவும் அன்னைக்கு நடந்த விபத்துல தவறிட்டாங்கலாம். இப்ப அந்த குழந்தை நிற்கதியா நிக்குது சார். என்ன ஆதரிக்க ஒரு கம்பெனியில இருந்து ஒரு உதவி தொகை வருது. ஆனா, அந்த குழந்தைக்கு யாரும் இல்ல," என்று கூறி நிறுத்தினாள்.

"நீங்க சொல்றது, எனக்கு அன்னைக்கு காலைல நாம கிளம்பி வந்தோம் இல்லையா, அப்பவே தெரியும். இந்த மாதிரி நீங்க வருத்தப்படுவீங்கன்னு தான், நான் எதுவுமே அன்னைக்கு சொல்லல. அங்க இருந்த அந்த மேனேஜரும் சொல்லல. நீ தேடி போய் விஷயத்தை தெரிஞ்சுட்டு வந்து இப்போ

மனசு கஷ்டப்படறியேம்மா," என்று அமராவதியை பார்த்து கூறினார்.

"மனசு கஷ்டப்படல சார். ஒரு தெளிவான முடிவு எடுத்துட்டு தான் உங்க கிட்ட வந்து இருக்கேன்," என்றாள்.

"நான் அந்த குழந்தையை தத்தெடுக்க போறேன் சார்," என்றாள் அழுத்தமாக.

சிரித்துக் கொண்டே தலையை இடது புறமாக திருப்பினார் அங்குராஜ்.

"ஆமா சார், இன்னும் ஆறு மாசத்துல எனக்கு வேலை கிடைச்சுடும். சம்பளமும் வரும். என்னால அந்த குழந்தையோட செலவுகளையும் பார்த்துகுட்டு என்னோடு செலவுகளையும் பார்த்துக்க முடியும்," என்றாள்.

அமராவதியின் நிலையை நன்கு அறிந்த ஆசிரியர்களுள், அங்குராஜ் சாரும் ஒருவர். அவள் ஏன் அந்த குழந்தையை அரவணைக்க நினைக்கிறாள் என்று அவருக்கு புரிந்தது.

"இங்க பாருமா, செலவுகளை பேலன்ஸ் பண்றதுங்கறது ஒரு விஷயமே இல்லை. நீ அதை எல்லாம் நல்லா செய்வேன்னு எங்களுக்கு தெரியும். இப்ப பிரச்சனை அது இல்ல, வெளிப்படையா பேசணும்னா நீயும் ஒரு சின்ன பொண்ணு, அதுவும் ஒரு பெண் குழந்தை. உங்க ரெண்டு பேருக்குமே பாதுகாப்பு அவசியம். உங்க ரெண்டு பேருக்குமே யாருமில்ல. அது வெளியே இருந்து யாராவது கவனிச்சாங்கன்னா, அது உங்க ரெண்டு பேரோட பாதுகாப்புக்கும் பங்கம் ஆகும்.

நல்லா யோசிச்சு பாரு, இப்போ அந்த குழந்தை ஒரு பாதுகாப்பான இடத்துல தான் இருக்கு. நீயும் ஹாஸ்டல்ல இருக்க, மைசூர்ல உங்க அப்பாவோட ஆபீஸ் குவாட்டர்ஸ்ல இருக்கே. இப்படியே இருக்கறது தான் உங்க ரெண்டு பேருக்குமே பாதுகாப்பு. நாளைக்கு உனக்கு வேலை கிடைச்சாலும் எங்கையாவது வெளியூர்களுக்கு போக வசதியா இருக்கும்," என்றார்.

எதையுமே ஏற்றுக்கொள்ள அவள் மனம் தயாராக இல்லை. மேலும் தொடர்ந்தார் ஆசிரியர்,

"அதோட நீ நினைக்கிற மாதிரி அடாப்ட் எல்லாம் பண்ண முடியாதுமா. அதுக்கு நிறைய விதிகள் இருக்கு, கல்யாணம் ஆகி 10 15 வருஷம் குழந்தை இல்லாம இருந்திருக்கணும். குழந்தை பிறக்காதுன்னு மருத்துவர் சான்று வேணும். இப்படி என்னென்னவோ ப்ரோசீஜர் இருக்குமா," என்றவர்.

"சரிமா அங்க இருக்க ஷெல்ஃப்ல சாமி போட்டோ முன்னாடி இன்னொரு தீபம் அணைஞ்சு இருக்கு பாரு. அதை ஏத்து அமராவதி," என்று அங்கே அவரது டேபிளுக்கு எதிரே இருந்த சாமி ஷெல்ஃபை காண்பித்தார்.

அமராவதியும் அங்கே சென்று பார்த்தாள். விநாயகர் படத்துக்கு முன் இருந்த இரண்டு விளக்குகளில் ஒன்று அணைந்திருந்தது. அதை ஏற்ற அருகே இருந்த தீப்பெட்டியை எடுத்தாள். தீப்பெட்டிக்குள் தீக்குச்சிகள் இல்லாதபடியால் எண்ணெயுடன்

அணைந்து இருந்த விளக்கினை, பிரகாசமாக எரியும் விளக்கிடம் கொண்டு வந்து அணைந்திருந்த விளக்கினை ஏற்றினாள்.

இரண்டு விளக்குகளும் பிரகாசமாக எரிந்தன. கையெடுத்து விநாயகரை கும்பிட்டு விட்டு, தன் ஆசிரியரைப் பார்த்து திரும்பினாள்.

"அந்த விளக்கு அணைஞ்சு இருந்தது. அதை ஏற்றி வைக்க தீக்குச்சி இல்ல. நீ என்ன பண்ண, ஏற்கனவே எறிஞ்சிட்டு இருந்த விளக்கு கிட்ட அந்த விளக்கை எடுத்துட்டு வந்து. அதையும் எறிய வச்சே. இரண்டு விளக்குகளும் எந்த இடத்தில இருக்கணுமோ அங்கேயே வச்சுட்டே. இரண்டு விளக்குகளும் இரண்டு திக்கிலும் நல்ல வெளிச்சத்தை பரவ விடுது. ஒரு விளக்கை ஏத்த நீ இன்னொரு விளக்கை அணைக்கல, இல்ல. அதே மாதிரி தான் ஒரு குழந்தையோட வாழ்க்கையை மலர வைக்க உன் வாழ்க்கையை அழிச்சுக்காதம்மா. ஒரு விளக்கிலிருந்து இன்னொரு விளக்குக்கு ஒளியை கொடுத்த மாதிரி. உன்னால முடிஞ்ச உதவியை கடைசி வரைக்கும் அந்த

குழந்தைக்கு செய், தத்தெடுக்கிறது வேண்டாம்," என்றார்.

அவர் கூறியதை பொறுமையாக கேட்டு சிலையாக நின்றாள், அமராவதி. அங்குராஜ் சாரிடம் இருந்து விடை பெற்று சென்றனர் நால்வரும்.

26

அமைதியாக எதுவுமே பேசாமல் நால்வரும் தங்கள் பாதையில் நடந்து சென்று கொண்டிருந்தனர். ஒவ்வொருவரின் மனதிலும் ஒவ்வொரு எண்ணம் ஓடிக்கொண்டிருந்தது. அமராவதியோ குழப்பத்தின் உச்சத்திலே இருந்தாள் என்பது அவள் முகத்திலேயே தெரிந்தது.

கல்லூரியின் ஸ்டோன் பெஞ்சில் சென்று அமர்ந்தவர்கள், அங்கே ஒரு தோட்ட வேலை செய்யும் அக்கா நீண்ட நேரமாக புல்வெளிகளுக்கு தண்ணீர் பாய்ச்ச திறந்து விடப்பட்ட குழாயிலிருந்து புல்வெளிகளுக்கு தண்ணீர் செல்லாமல் இருப்பதை பார்த்து குழம்பி, அந்த ட்யூபில் முடிச்சுகள் ஏதேனும் ஏற்பட்டு அடைப்பு ஏற்பட்டுள்ளதா என்று பார்த்துக் கொண்டிருந்தார்.

இதை நால்வரும் கவனித்துக் கொண்டிருந்தனர். நர்மதா அந்த அக்காவுக்கு உதவி செய்ய எழுந்தாள். பின்னாலேயே சிந்து, சுமித்ரா இருவரும் சென்றனர். அந்த ட்யூபில்

ஏற்பட்டிருந்த முடிச்சுகளை ஒவ்வொன்றாக பொறுமையாக எடுத்தனர். உடன் அமராவதியும் சென்று உதவினாள், நால்வரும் சேர்ந்து அந்த புல்வெளிகளுக்கு தண்ணீர் பாய்ச்சப்படும் ட்யூபில் ஏற்பட்டிருந்த அடைப்புகளை சரி செய்தனர். இப்போது அந்த குழாயின் மூலம் தண்ணீரை எந்த தடங்கலும் இல்லாமல் புல்வெளிகளுக்கு பாய்ச்ச முடிந்தது.

நால்வரும் ஒருவரை ஒருவர் பார்த்து புன்னகைத்தனர். கட்டியணைத்துக் கொண்டனர். தங்கள் குழப்பம் தீர்ந்தது ஒரு நல்ல தெளிவான முடிவினை எடுத்ததாக நால்வருமே ஆனந்தம் அடைந்தனர். ஒரு கை ஓசை எழுப்பாது, தனி மரம் தோப்பாகாது. நால்வருமே சேர்ந்து அந்த குழந்தையின் படிப்பு செலவுகளை ஏற்பதாக முடிவு செய்தனர். சிந்து, நர்மதா இருவரும் மேல்படிப்பு படிக்க விரும்பியதால் அவர்களின் பெற்றோர் உதவியுடன் இருவரும் தனித்தனியே மாதா மாதம் ஆயிரம் ரூபாயை அந்த குழந்தைக்கு படிப்பு செலவுக்கு கொடுத்தனர். சுமித்ராவும்,

அமராவதியும் வேலைக்கு செல்ல விரும்பினர். வேலைக்கு சென்று தங்கள் சம்பளத்திலிருந்து ஆயிரம் ரூபாயை அந்த குழந்தையின் படிப்பு செலவுக்கு கொடுத்தனர். இவ்வாறாக நால்வரும் சேர்ந்து மாதா மாதம் 4000 ரூபாயை அந்த குழந்தையின் படிப்பு செலவுக்கு கொடுத்தனர். இதை மிகவும் ஆனந்தமாக ஏற்றுக் கொண்ட அந்த ஆசிரமத்தின் மேலாளர் மரியா,

"இது நீங்க எல்லாருமா சேர்ந்து சின்ன சின்னதா ஒரு பெண் குழந்தையோட வாழ்க்கைக்கு செய்யற பெரிய உதவி. அந்த குழந்தை ஆசிரமத்தில் இருக்கிறவரை படிப்பு செலவு எதுவும் இல்ல. ஏன்னா ஆஸ்தரமத்திற்கு சேர்ந்த பள்ளியே இருக்கு. அங்கேயே அவ படிக்கட்டும். நீங்க அவளுக்கு கொடுக்கிற பணம் எல்லாமே அவ அக்கவுண்ட்ல சேரட்டும். அவ பள்ளிக்கல்வியை முடிச்சு வேலைக்கு போனாலும், இல்ல மேல்படிப்பு படிச்சு கல்லூரிக்கு போக விரும்பினாலும் இந்த பணம் அவளுக்கு உதவும். அவளோட வாழ்க்கைக்கு இது

பாதுகாப்பாவும் இருக்கும்", என்று மனநிறைவோடு கூறினார்.

நால்வரும் அம்முவை கட்டி அணைத்து தங்கள் சந்தோஷத்தை வெளிப்படுத்தினர்.

27

நாட்கள் நகர்ந்து கொண்டே இருக்கும். காலம் யாருக்காகவும் காத்திருக்காது என்பர். ஆனால், காலம் தான் யாரையும் காக்க வைக்காமல் அவர்களுடன் ஓடிக்கொண்டே இருக்கும். யாரை யார் எப்போது சந்திக்க வேண்டும்? ஏன் சந்திக்க வேண்டும்? இதனால் ஏற்படும் பயன்கள் தான் என்ன? போன்ற பல கேள்விகளுக்கு விடை அளிப்பதும் காலமே. காலம் பழைய சிக்கலான முடிச்சுகளை சரி செய்வதோடு புதிதாக ஒரு முடிச்சுனை ஏற்படுத்திவிடும். அந்த சிக்கலான முடிச்சை அவிழ்ப்பதும் ஒரு சுகம் தான். ஏனென்றால், அதனையும் காலமே தான் சரி செய்ய உதவிடும்.

அமராவதி, ராஜ் இண்டஸ்ட்ரீஸ் இல் ஒரு நல்ல வேலையில் சேர்ந்தாள். வேலையில் இருந்து கொண்டே மேல் படிப்பும் படித்துக் கொண்டிருந்தாள். அவளுடைய தந்தை, ராஜ் குழுமத்தில் ஒரு சிறு வேளையிலேயே இருந்தார். ஆனபோதும், அமராவதியின் படிப்பு,

திறமை மற்றும் வயது இவற்றை அடிப்படையாக கொண்டு இன்ஸ்பெக்கூஷன் மேனேஜராக பதவி கொடுக்கப்பட்டது. அவளும் தன்னுடைய தகுதிகளையும், திறமைகளையும் மெருகேற்றிக் கொண்டே செவ்வனே தன் வேலைகளை செய்து கொண்டிருந்தாள்.

அவளுடைய வேலை யாதெனில், அவளுக்கு கீழ் பணி செய்யும் ஊழியர்களின் நிறை குறைகளை கேட்டு அறிவது. அதாவது ஒரு மிஷினை இம்போர்ட் செய்து அதை உபயோகிக்க ஒரு டீம் உத்தரவிடும். அமராவதியினுடைய டீம் ஊழியர்களிடம் பேசி அந்த மெஷின் பயனுள்ளதாக இருக்கிறதா இல்லையா என்று கேட்டறிந்து ரிப்போர்ட் தயார் செய்து மேலாளரிடம் கொடுக்கும். அதோடு மெஷினல் நிஜமாகவே பழுது உள்ளதா என்று உறுதிசெய்து, அதனை சரி செய்ய எவ்வளவு செலவு ஆகும் என்ற கணக்கு வழக்குகளையும் இன்ஸ்பெக்கூஷன் மேனேஜரசே தயார் செய்வார்கள்.

ஒரு முறை ஒரு புதிய மெஷினை வெளிநாட்டில் இருந்து இறக்குமதி செய்து ராஜ் இண்டஸ்ட்ரிஸ்க்கு அனுப்பினர். அது ராஜ் இண்டஸ்ட்ரீஸ்க்கு சேர்ந்த உணவகத்திற்காக அடுப்பில் நின்று சமையல் வேலை செய்பவருக்கு வேலை எளிதில் நடக்க உதவும் என்று வாங்கப்பட்டது. முதலில் ஒரு இன்ஸ்பெக்ஷன் டீம் சென்று வேலையாட்களிடம் பேசி அவர்கள் அந்த மெஷினை உபயோகப்படுத்தும் போது அவர்களுக்கு சுலபமாக இருக்கிறதா ஏதேனும் குறைகள் உள்ளதா என்று கேட்டறிந்தனர்.

எப்பொழுதுமே மூன்று டீம்கள் மூன்று நாட்கள் வித்தியாசத்தில் சென்று ஊழியர்களிடம் பேசுவர். முதலில் சென்ற டீமோ அந்த மிஷினை வாங்கியது பெரும் உதவியாக இருந்ததாகவே ஆய்வறிக்கையை தயார் செய்து கொடுத்தனர். இரண்டாவதாக சென்ற டீமும் அந்த மிஷினின் மூலம் வேலை சுலபமாக நடக்கிறது என்று ஆய்வறிக்கையை தயார் செய்து கொடுத்தனர். மூன்றாவதாக சென்ற டீம்

அமராவதியினுடைய டிம். அவர்கள் அந்த மிஷினின் மூலம் எந்த ஒரு பயனும் இல்லை, வேலை கடினமாக உள்ளது என்று ஆய்வறிக்கையை தயார் செய்து கொடுத்தனர்.

எப்போதுமே மூன்று டிம்கள் சென்று ஆய்வு மேற்கொள்ளும் போது 90% மூவரின் ஆய்வறிக்கையும் ஒன்றாகவே இருக்கும். இம்முறை முதல் இரண்டு டிம்களின் ஆய்வறிக்கைக்கும் மூன்றாவது டிம் இன் ஆய்வறிக்கைக்கும் இவ்வளவு வித்தியாசம் உள்ளது என்று போர்ட் ஆஃப் டைரக்டர்ஸ் டிம் குழம்பி போனது. முதல் இரண்டு டிம்களின் மேனேஜர்களையும் அழைத்து பேசினர்.

"சார், அந்த மிஷின் எவ்வளவு செலவு பண்ணி இம்போர்ட் பண்ணி வாங்கி இருக்கோம். அதை நினைச்சு ஊழியர்கள் ரொம்ப சந்தோஷப்படுறாங்க," என்றார், முதல் டிமின் இன்ஸ்பெக்ஷன் மேனேஜர்.

"சார், அது அவங்களோட வேலைய பாதியா குறைக்குதாம். சீக்கிரம் சூடாகுறதுனால வேலை சீக்கிரமா

நடக்குதாம்," என்றார் இரண்டாவது டீமின் இன்ஸ்பெக்ஷன் மேனேஜர்.

"நாம தேர்ட் ரிப்போர்ட இக்னோர் பண்ணிடலாமே, ராஜ்," என்று ஒரு போர்டு ஆஃப் டைரக்டர் கூறினார்.

"இல்ல, இல்ல, ஏன் அந்த மேனேஜர் அப்படி ஒரு ரிப்போர்ட் கொடுத்தாங்கன்னு கேட்டு தெரிஞ்சுக்கணும். அவங்க பார்வைக்கு ஏதாவது தப்பா தெரிஞ்சி இருக்கலாம் இல்லையா," என்று உறுதியாக கூறினான் ராஜ்.

ராஜ் குழுமத்தின் ஃபவுண்டர்ஸை சேர்ந்தவன். நீண்ட அகலமான நெற்றி, இணைந்த புருவங்கள், கூர்மையான கண்கள், கம்பீரமான தோற்றம், பார்ப்போரின் மனம் கவரும் புன்னகை, நல்ல குணம், ஒரு சிறு ஊழியரானாலும் அவரின் நிறை குறைகளை கேட்டறியும் மனம் படைத்தவர். இரண்டு ஆண்டுகளாக ராஜ் குழுமத்தின் மேனேஜிங் டைரக்டராக பொறுப்பேற்று தன் தந்தை மற்றும் தாத்தாவினால் உருவாக்கப்பட்ட ஸ்தாபனத்தை கட்டி காப்பாற்றுகிறான்.

மறுநாள் காலை மூன்றாவது இன்ஸ்பெக்கூஷன் டீம் மேனேஜருடன் மீட்டிங் என முடிவு செய்யப்பட்டிருந்தபடியே அனைவரும் தயாராகி மீட்டிங் ஹாலின் முன் காத்திருந்தனர்.

அமராவதி ஒரு வெள்ளை நிற ஷர்ட்டும், நீல நிற பாண்டும் அணிந்து ப்ரொபஷனல் ஆக தென்பட்டாள். அங்கே மீட்டிங் ஹாலின் முன்பு அனைவருமே நின்று அவளை கேலியாக பார்த்து சிரிப்பது போல உணர்ந்தாள். மூச்சினை மெதுவாக உள்ளே இழுத்து பின் மெதுவாக வெளியேற்றினாள். தன்னை அமைதிப்படுத்திக் கொண்டாள். தான் தன் வேலையை சரியாக செய்திருக்கிறோம். நாம் பயமோ கவலையோ பட தேவையில்லை என்று தனக்குள்ளேயே சொல்லிக் கொண்டாள்.

ஒரு அலாரம் பெல் அடித்தவுடன் வெளியே காத்திருந்த போர்ட் ஆஃப் டைரக்டர்ஸ் டீம் உள்ளே சென்றனர். அவர்கள் உள்ளே சென்று சில நிமிடங்கள் கழித்து இன்னொரு பெல் அடித்தவுடன் மூன்றாவது டீமின்

இன்ஸ்பெக்ஷன் மேனேஜரான அமராவதியும் ஒரே ஒரு டீம்மேட் மட்டும் மீட்டிங் ஹாலின் உள்ளே சென்றனர். இதுவே அவர்களுடைய அலுவலகத்தின் விதி. எம்டி நுழைந்தவுடன் ஒரு பெல் சத்தம் கேட்கும் அதன் பிறகு மற்ற போர்டு ஆஃப் டைரக்டர்ஸ் உள்நுழைவர்.

அது ஒரு பெரிய ஹால், ஓவல் வடிவத்தில் அதன் மத்தியில் ஒரு டேபிள் இருந்தது. அந்த டேபிளில் 27 பேர் அமர இருக்கைகளும் அவர்கள் அமர்ந்த இடத்திலிருந்து பேச மைக்கும் அந்த டேபிளில் பொருத்தப்பட்டிருந்தது. அந்த டேபிளின் எதிரே ஒரு பெரிய ப்ரொஜெக்டர் ஸ்கிரீனும் இருந்தது. அந்த ஸ்கிரீனை அனைவரும் அமர்ந்த இடத்திலிருந்து பார்க்க வசதியாக அமைக்கப்பட்டிருந்தது.

ராஜ் ஹாலின் நுழைவாயிலை பார்த்தபடி அனைத்து போர்ட் ஆஃப் டைரக்டர்ஸ் இன் மத்தியில் இருந்த இருக்கையில் அமர்ந்து அமராவதி உள் நுழைவதை பார்த்துக்கொண்டிருந்தான். அமராவதி ஹாலின் உள் நுழைந்த உடன் அங்கே

அமர்ந்திருந்த 8 போர்டு ஆப் டைரக்டர்ஸையும் எம்டி ராஜையும் பார்த்து நிதானமாக புன்னகைத்தாள் திருவேணி நடராஜன் என்ற ஒரு உறுப்பினர்,

"அமருங்கள்," என்றார்

"நன்றி. அனைவருக்கும் இனிய காலை வணக்கம்," என்று தைரியமாக கூறிவிட்டு தன் இருக்கையில் அமர்ந்தாள்.

இயக்குனர் குழுவினை சேர்ந்த ராமச்சந்திரன், "அமராவதி, நீங்க குக்கிங் டிபார்ட்மெண்டுக்கு வாங்கி இருந்த மெஷினை பற்றி கொடுத்திருந்த ரிப்போர்ட்ட கொஞ்சம் டிடெய்லா சொல்றீங்களா," என்று கூற, அவரை கூர்ந்து கவனித்துப் பார்த்தான் ராஜ்.

"சூர் சார்," என்ற அமராவதியின் குரலைக் கேட்டு அவள் பக்கம் திரும்பினான். அவள் ராஜுக்கு நேர் எதிர்முனையில் இருந்து சேரில் அமர்ந்திருந்தாள்.

"எஃப்பிஸியன்ட் என்ற சொல்லுக்கு ஒரு விளக்கம் தேவை. அது ஒரு செயலை

சுலபமா செய்து முடிக்கிற ஒரு ஆற்றல்னு சொல்லலாம். எனக்கு முன்னாடி அந்த மிஷினை பத்தி ரிப்போர்ட் கொடுத்து இருந்தவங்க எல்லாமே அந்த மெஷினை பத்தி எஃபிசியன்ட்டுன்னு தான் ரிப்போர்ட் கொடுத்து இருந்தாங்க. நான் பார்த்ததுல," என்று கூறிக் கொண்டே எழுந்து புரொஜெக்டரில் அந்த மிஷினை பற்றிய வீடியோஸை ஒளிபரப்பி அந்த மிஷினை பற்றி விளக்கம் அளிக்க ஆரம்பித்தாள்.

"அந்த மிஷின் நல்ல ஹெவியான மெட்டல், பவர் சப்ளைய நல்ல உள்ள இழுக்கிற ஒரு குவாலிட்டியான மெட்டல்," என்று அந்த மெஷினின் உருவத்தை தன்னிடம் இருந்த ரேடார் லைட் மூலம் புள்ளி இட்டு காண்பித்தாள்.

"நல்ல சூடு இழுக்குது, அதனால குக்கிங் டைம் கம்மி ஆகுது," என்று கூறிவிட்டு அடுத்து சிலைடுக்கு மாற்றினாள்.

"இப்போ இதோட மைனஸ் எல்லாம் பார்க்கலாம். ஃபர்ஸ்ட் நல்ல ஹெவி

மெட்டல் யூஸ் பண்றதுக்கு ஹாண்டி இல்ல. நல்ல பவர் இழுக்குது, அதனால தைரியமா கிட்ட நின்னு சமைக்க முடியாது. நம்மளோடது சவுத் இந்தியன் குக்கிங், உப்பு, புளி, மிளகாய்னு எல்லாமே ஒவ்வொரு சமயத்துல சேர்க்கணும். அப்போ கிட்ட நின்னு சமைக்கிறவங்க தெரியாம கைபட்டா கூட ஷாக் அடிக்குது. இல்லனா சூடு படுத்து.

வெசல்ஸ் எல்லாமே சீக்கிரமா சூடாகிடுறதால சாப்பாடு ரெடி ஆகறதுக்கு முன்னாடியே அடிப்பிடிக்குது," என்று தன் பிபிடியை காண்பித்து முடித்தாள்.

அவளை உன்னிப்பாக ராஜ் பார்த்துக் கொண்டிருந்தான். அவள் மேலும் தொடர்ந்தாள்,

"ஒரு மெஷினை, மாடர்ன் எக்யூப்மென்ட எதுக்கு வாங்குறோம். ஈசியா உபயோகப்படுத்த தானே. ஆனா யூஸ் பண்ணவே கஷ்டமா இருக்கிற மெஷினை எஃபிஸியன்ட்னு எப்படி சொல்ல முடியும்? மனுஷங்களோட வேலைய சுலபமாக்க தான் மிஷன்,

அது கஷ்டமாகும் போது அதை ஏத்துக்கணும், மேனேஜ்மென்ட் நிறைய பணம் போட்டு இருக்காங்க அப்படின்னு எம்ப்ளாயிச ∴போர்ஸ் பண்ணி யூஸ் பண்ண வைக்கிறது, எம்பிளாயிசையும் ஏமாத்தி மேனேஜ்மென்டையும் ஏமாத்துறதுக்கு சமம். இந்த மிஷினை வாங்க நிறைய பணம் போட்டு இருக்கோங்கிறது உண்மைதான். அதை ரிட்டன் பண்ணிட்டு சீஃப் குக்க கூப்பிட்டு வேற என்ன மெஷின் வாங்கலாம்னு டிஸ்கஸ் பண்றது சரியா இருக்கும்," என்று கூறி முடித்தாள்.

உடனே அங்கே அமர்ந்திருந்த முக்கிய உறுப்பினர்களுள் ஒருவரான ராமச்சந்திரன்,

"மஷின் வேணுமா வேண்டாமான்னு டிசைட் பண்ண வேண்டியது நாங்க, நீ எங்களுக்கு ஆர்டர் போட வேண்டிய தேவையில்லை," என்றார் கோவமாக.

அவரை தடுத்து நிறுத்திய ராஜ்,

"அவங்களோட கருத்துல நியாயம் இருக்கு. யூஸ் பண்ணவே கஷ்டமா இருக்கும்போது அந்த மிஷின் எப்படி வேலையை சுலபமாக்கும்? நம்ம

வேலையை சுலபமாக்க தானே மெஷின். நாம அதுக்கு அடிமையாகணும்ங்கிற அவசியம் இல்லை," என்றார்.

"அமரா, நீங்க ஒரு நல்ல வேலை செஞ்சு இருக்கீங்க. நான் உங்கள பாராட்டுறேன்," என்று கூறிவிட்டு திரிவேணி நடராஜனை பார்த்து,

"அந்த மெஷின ரிட்டர்ன் பண்ணிட்டு வேற ஒரு எஃபிசியன்டான மெஷினை ஆர்டர் பண்ண சொல்லி சொல்லுங்க. சீப் குக் கிட்டயும் டிஸ்கஸ் பண்ண சொல்லுங்க," என்றார்.

அனைவரும் எழுந்து நின்று ராஜிடமிருந்து விடை பெற்று சென்றனர். அமராவதியும் செல்லும்போது ராஜை பார்த்து நன்றி கூறிவிட்டு கிளம்பினாள். இவ்வாறாக ராஜுக்கு அமராமேல் ஒரு நல்ல அபிப்ராயம் பிறந்தது.

28

அந்த ஆண்டுக்கான போனஸ் தொகையை அனைவருக்கும் கொடுக்க முடிவு செய்தான் ராஜ். ராஜ் குடும்பத்தை பொறுத்தவரையில் முதலாளி தொழிலாளி என்ற வேறுபாடு இல்லை. ஆண்டுக்கு ஒரு முறை வரும் லாபத்தை அனைவருமே பகிர்ந்து எடுத்துக் கொள்வர்.

ராஜுக்கு ஒரு பழக்கம் இருந்தது. தன் குழுமத்தில் வேலை பார்க்கும் ஒவ்வொருவருக்கும் தானே அழைத்து அந்த போனஸ் தொகையை கொடுத்து மகிழ்வான். அவனுடைய தாத்தாவும் அப்பாவும் அவ்வாறே செய்தனர். தானும் அவ்வாறே செய்வதில் தான் முழு நிம்மதியும் கிடைத்த மாதிரி நினைத்துக் கொள்வான்.

அந்த வாரம் முழுக்க எவ்வளவு நேரம் எடுத்தாலும் பரவாயில்லை என்று மற்ற மீட்டிங்கை எல்லாம் தள்ளி வைத்துவிட்டு ஒவ்வொருவராக அனைவரையும்

சந்தித்து போனஸ் தொகையை கொடுப்பான்.

அவனுக்கு உதவியாக இருக்க, இம்முறை அமராவதி அவனுடன் அமர வைக்கப்படவிருந்தாள். அன்று காலை ஆபீஸில் அனைவருமே மிகவும் சந்தோஷமாக இருந்தனர். காரணம் இன்று அவர்களுக்கு போனஸ் கிடைக்கப் போகிறது. மேலும் ராஜ் சாரை நேரில் சந்தித்து பேச முடியும். தங்கள் நிறை குறைகளை அவரிடம் நேரடியாகவே கூறிவிடலாம். சம்பள உயர்வு பதவி உயர்வு என எதுவாயினும் நேரடியாகவே கேட்டுவிடலாம் என்று சந்தோசமாக இருந்தனர்.

ராஜின் அறை முதல் தளத்திலிருந்தது. கீழே பார்க்கிங்கில் காரை நிறுத்திவிட்டு அவர் அவருடைய அறைக்கு மேலே வர அவருக்கு தனி பாதை, தனி லிஃப்ட். அவர் எப்போது அறைக்கு வருகிறார் எப்போது வெளியே செல்கிறார் என்று யாருக்குமே தெரியாது. மேலும் ராஜின் தந்தை ஊழியர்களுடன் ஊழியர்களாக

அமர்ந்து பேசி சிரித்து மகிழ்வார். ஆனால் ராஜ் அப்படி இல்ல. அவர் உபயோகப்படுத்தும் லி:்டையும் பாதையையும் அவருக்காக அவரே செய்து கொண்டார். அது வேறு யாரும் இதுவரை பயன்படுத்தியது இல்லை. மேலும் அவர் ஒரு கண்காணிப்பு கேமரா மூலம் அனைவரையும் கண்காணித்தாரே தவிர எந்த :்ளோருக்கும் எப்போதும் ரவுண்ட்ஸ் கூட சென்றதில்லை.

அவருடைய அறைக்கு சென்றால், இன் முகத்தோடு ஆதரவாக பேசுவாரே தவிர அனைவரிடமும் நெருங்கி பழகியதில்லை. இது ஒரு குறையாகவே அனைவரும் கருதிய போதும், ராஜ் மேல் அனைவருக்கும் நல்ல மரியாதையும் அபிப்பிராயமும் இருந்தது.

காரணம் அவருடைய தாத்தா மற்றும் அப்பா மேல் இருந்த பாசம். அதோடு ராஜ் கேட்காமலேயே அனைவருக்கும் உதவும் மனப்பான்மை கொண்டவன். தன்னிடம் வேலை பார்க்கும் அனைத்து ஊழியர்களின் குழந்தைகளுக்கும் படிப்பு மற்றும்

மருத்துவ செலவுகளை நிர்வாகமே ஏற்க்கும் என்று, தான் பொறுப்பேற்ற முதல் நாளே கூறினான். இன்றுவரையில் தன்னிடம் வேலை பார்ப்பவரின் குழந்தைகளுக்கு ஆகும் கல்வி செலவுகளையும் மருத்துவ செலவுகளையும் அவனே செய்கிறான்.

அமராவதி ராஜின் அறைக்கு முன் சென்று காத்துக் கொண்டிருந்தாள். சரியாக பத்து நிமிடத்தில் ஒரு பெல் அடித்தது. பெல் அடித்த பிறகு அமராவதி ராஜின் அறைக்குள் சென்றாள்.

ராஜ் ஒரு பெரிய டேபிளின் பின்னே அமர்ந்திருந்தான். அவன் எதிரே டேபிளில் ஒரு டிரேவில் நிறைய கவர்கள் இருந்தன. அதிலிருந்து ஊழியர்களுக்கு கிடைக்கப் போகும் போனஸுக்கான செக்கும் அவர்களை ஊக்குவிக்கும் ஒரு கடிதமும். அந்த என்வளப் கவர்கள் அனைத்தும் அழகாக அடுக்கி வைக்கப்பட்டு இருந்தது. அந்த கவர்களுக்கு மேல் அந்த ஊழியரின் பெயரும் எழுதப்பட்டிருந்தது.

ராஜுக்கு எதிரில் நான்கு நாற்காலிகள் இருந்தன. அமராவதிக்கு ராஜின் எதிரில் இருந்த நான்காவது சேர் ஒதுக்கப்பட்டது. அவளின் முன் ஒரு மைக்கும் இருந்தது. அவள் அந்த மைக்கில் ஊழியரின் பெயரை வாசிக்க அதை கேட்ட பின் அந்த ஊழியர் உள் நுழைந்து தன் போனஸ் தொகையை பெற்றுச் செல்லலாம்.

அமராவதி உள்நுழைந்த பின், இன்முகத்தோடு ராஜை பார்த்து "குட்மார்னிங் சார்," என்றாள்.

ராஜும் மிகுந்த சந்தோஷத்தோடு, "குட் மார்னிங், அமரா ப்ளீஸ்," என்று அவள் அமர வேண்டிய இருக்கையை கண்களால் காண்பித்தான்.

சரி என்று அந்த சேரில் அமர்ந்தவளிம், "ஆரம்பிக்கலாமா? ", என்றான் நிமிர்ந்து அமர்ந்தபடியே,

"சரிங்க சார்," என்று கூறிவிட்டு அந்த டிரேவில் இருந்த முதல் கவரை எடுத்து அந்த ஊழியரின் பெயரை படித்தாள்.

"ஜெகன்," என்றாள்.

"கன்சல்டன்ட் அசோசியேட்," என்று சரியாக கூறினான் ராஜ்.

"ஆமாம் சார்," என்ற ஆச்சரியமாக கூறினாள்.

"அனௌன்ஸ் பண்ணுங்க. லெட் ஹிம் கம்", என்றான்.

அவளும், "கன்சல்டன்ட் அசோசியேட், ஜெகன். வாங்க," என்று மரியாதையுடன் கூறினாள்.

ஜெகன் உள் நுழைந்த உடன் ராஜ்,

"குட் மார்னிங், ஜெகன்," என்று இன்முகத்தோடு அவனை உள்ளே அழைத்தார்.

இதை சற்றும் எதிர்பார்க்காத ஜெகன், "குட் மார்னிங், சார்," என்று கைகளை நீட்டிக்கொண்டே உள்ளே நுழைந்தான்.

"நோ ஃபார்மாலிட்டிஸ், உக்காருங்க", என்று தன் எதிரில் இருந்த இரண்டாவது சாரை காண்பித்தான். ஜெகன் அமர்ந்து தன் இடது புறம் இருந்த அமராவதியை பார்த்து ஒரு பெருந்தன்மையான

புன்னகையை பூத்தான். அவளும் அதற்கு மறு புன்னகை பூத்தாள்.

ஜெகனிடம் ராஜ் சில வினாடிகள் பேசிவிட்டு அவன் முன் வைத்திருந்த ஃபைலில் அவன் பெயரை எழுதி கையெழுத்துடும்படி கேட்டான். ஜெகனும் அதே போல அவன் முன் இருந்த பைலில் தன் பெயரை எழுதி கையொப்பமிட்டான். உடனே ராஜ் அமராவதியை பார்த்து அந்த என்வளப் கவரைக் கொடுத்து விடும்படி கண்களால் ஜாடை செய்தான்.

என்ன இது நம்மை கொடுக்க சொல்கிறாரே, என்ற குழப்பத்துடனே அந்த கவரை ஜெகனிடம் கொடுத்தாள், அவள் அந்த கவரை ஜெகனிடம் கொடுக்கும் அந்த நொடியே,

"ஐ விஷ் யு ஆல் தி பெஸ்ட், ஜெகன்," என்று ராஜ் கூறினார்.

அந்தக் கவரை பெற்றுக் கொண்ட ஜெகன், ராஜை பார்த்து, "தேங்க்யூ சார்," என்று கூறிவிட்டு விடை பெற்று சென்றான்.

இப்படியாக ஒவ்வொருவராக அமராவதி அனைவரையும் அழைக்க ராஜ் அவர்களை உபசரித்து பேசினான். பின் அவன் சைகையை உணர்ந்து ஒவ்வொரு ஊழியருக்கும் போனஸ் கவரை அமராவதி எடுத்துக் கொடுத்தாள். அன்றைய தினம் இரண்டாம் தளத்தில் இருந்த ஊழியர்களுக்கு போனஸ் தொகை கொடுக்கப்பட்டது.

அன்று மாலை அமரா ராஜினுடைய அறையில் அமர்ந்து யார் யாருக்கு போனஸ் தொகை கொடுக்கப்பட்டுள்ளது என்று பார்த்துக் கொண்டிருந்தாள். வெகு நேரமாக குனிந்து லேப்டாப்பில் பார்த்துக் கொண்டிருந்தாள். முதுகு வலி எடுக்க, நிமிர்ந்த அமர்வது போல முதுகு தண்டை நேர் செய்து, கழுத்தையும் மேலே தூக்கிப் பார்த்து ரிலாக்ஸ் செய்து விட்டு, மறுபடியும் லேப்டாப்பில் பதிவேற்றம் செய்ய ஆரம்பித்தாள்.

"என்ன ஆச்சு?", என்று சிசிடிவி கேமரா ஃபுட்டேஜை பார்த்துக்கொண்டே ராஜ் கேட்டான்.

"இல்ல, ஒன்னும் இல்ல சார்," என்று அமரா கூறினாள்.

"வேணும்னா டேபிள் மேல வச்சுக்கோங்க," என்றான் சிசிடிவி ஃபுட்டேஜை பார்த்தபடியே.

"ஓகே சார்," என்று கூறிவிட்டு டேபிள் மேல் வைத்து வேலை செய்தாள். சிறிது நேரம் கழித்து, "முடிஞ்சிருச்சு சார்," என்றவளை பார்த்தான்.

சொல்லுங்க என்பது போல தலையை அசைத்தான். "சார், இன்னிக்கு செகண்ட் ஃப்ளோர்ல 38 பேருக்கு போனஸ் லெட்டர் கொடுத்தாச்சு. இனி நாளைக்கு தர்ட் ஃப்ளோர்," என்றாள்.

தலையசைத்து விட்டு, "நீங்க கிளம்பலாம். நாளைக்கு வாங்க. இட் வாஸ் எ நைஸ் டே வித் யூ," என்று நிதானமாக கூறினான்.

கைகளை நீட்டி நன்றி எனக் கூற நினைத்தாள். "நோ ஃபார்மாலிட்டீஸ், தேங்க்யூ," என்று சிசிடிவி பக்கம் திரும்பிக்கொண்டான்.

"ம்...," என்று முனுமுனுத்துவிட்டு உதட்டை சுளித்தாள். "தேங்க்யூ சார்", என்று கூறிவிட்டு வெளியே சென்றாள்

29

வீட்டுக்கு செல்லும் வழியெல்லாம் என்ன இவன் முதலாளி என்றால் என்ன? வேலை செய்யும் தொழிலாளர்களின் கைகூட இவர் மேல் படக்கூடாதா? நாம் என்ன தீண்ட தகாதவர்களா? யாருக்குமே போனஸ் கவரை கூட தன் கையால் கொடுக்கவில்லையே இவன். வணக்கம் என்று கூறி கை கொடுக்க வந்தவர்களுக்கு கூட கை கொடுக்காமல் சிலையாக அமர்ந்திருக்கிறானே. அவ்வளவு திமிரா? என்று நினைத்தாள்.

ஆனால், பேச்சில் நல்ல ஒழுக்கமும் அடக்கமும் தெரிகிறது. அனைவரையும் நன்கு தெரிந்து வைத்திருக்கிறான். பெயரை கூறினாலே அவர் என்ன பதவியில் இருக்கிறார் என்பது வரை சரியாக கூறுகிறான். தன் ஊழியர்களை நன்கு அறிந்து அவரவர்களுக்கு ஏற்றார் போல இயல்பாக பேசி பழகுகிறானே, ஆனால் இதுவரை அவன் வெளியே ஆபீஸில் ரவுண்ட்ஸ் வந்து கூட பார்த்ததில்லையே என்று ஏதேதோ

சிந்தனைகள் அவள் மனதில் தோன்றி மறைந்தன.

மறுநாள் காலை, சூரிய ஒளியை வரவேற்றவள். எழுந்து பணிக்கு செல்ல தயாரானாள். அதேபோல ஆபீசை அடைந்தவள் ராஜின் கேபினுக்கு முன் காத்திருந்தாள். சிறிது நேரம் கழித்து ஒரு பெல் சத்தம் கேட்கவே அமராவதி அந்த கேபினுக்குள் நுழைந்தாள்.

"குட் மார்னிங் அமரா. வெல்கம் பேக் டு அனதர் பியூட்டி்புல் டே," என்று புத்துணர்ச்சியோடு வரவேற்றான் ராஜ்.

பதிலுக்கு அவளும், "குட் மார்னிங் சார்," என்று புன்னகையோடு பதில் அளித்தாள்.

இருவரும் அவரவர் இடத்தில் அமர்ந்து தங்கள் வேலையை தொடங்கினார்கள். அமராவதி ஒவ்வொரு பெயராக வாசிக்க ஒவ்வொருவராக கேபினுள் நுழைந்து ராஜிடம் பேசி விட்டு ராஜின் அனுமதியோடு அமராவதியிடம் இருந்து போனஸ் கவரைப் பெற்றுச் சென்றனர். இவ்வாறாக அன்றைய

தினமும் இனிமையாக நகர்ந்தது. மாலை எத்தனை பேருக்கு போனஸ் கவர்கள் கொடுக்கப்பட்டுள்ளது என்று சரி பார்த்துக் கொண்டிருந்தாள் அமராவதி.

ராஜீம் வழக்கம் போல சிசிடிவி ஃபுட்டேஜ்களை ஆர்வமாக பார்த்துக் கொண்டிருந்தான். கணக்கு வழக்குகளை பார்த்து முடித்தவள் ராஜின் முகத்தை பார்த்தாள். அவன் மும்முரமாக சிசிடிவி ஃபுட்டேஜ்களை பார்த்துக் கொண்டிருந்தான்.

"சார்," என்று அழைத்தாள்.

"எஸ்," என்று அமராவதியின் பக்கம் கண்களை திருப்பினான்.

"உங்ககிட்ட ஒன்னு கேட்கணும். நீங்க எல்லார்கிட்டயும் பிரண்ட்லியா பேசுறீங்க. அதுதான் கேட்கலாம்னு நினைச்சேன்," என்று பணிவாக கூறினாள்.

புன்னகைத்தவன், "கேளுங்க," என்றான்.

"இல்ல, ஏன் எந்த எம்பிளாயிக்கும் நீங்க உங்க கையால போனஸ் கவர கொடுக்கல," என்றாள்.

என்ன பதில் கூறுவது என்று புரியாமல் புன்னகைத்தபடியே, "ம்...," என்று கூறிக் கொண்டே கண்களை மூடி தலையை அசைத்தான்.

"உங்க அப்பா இருந்த வரைக்கும், அவரே தான் அவர் கையால எல்லாருக்கும் போனஸ் கவர கொடுப்பாரு. அதோட எல்லா வர்க்கஸ் கூடையும் சந்தோஷமா சரிசமமா உக்காந்து சிரிச்சு பேசுவாரு. நீங்க எல்லா ஒர்க்கர்ஸ்ச பத்தியும் நல்லா தெரிஞ்சு வச்சிருக்கீங்க. எல்லார்கிட்டயும் அவங்க உங்களை சந்திக்க ரூமுக்கு வரும்போது நல்ல அவங்க மனசு புரிஞ்சுகிட்டு பேசுறீங்க. ஆனா அவங்க கூட கையை கூட குலுக்க மாட்டேங்கிறீங்களே, ஏன் சார்?", என்று மெதுவாக கேட்டாள்.

அவள் கூறிய அனைத்தையும் கண்களை மூடியபடியே பொறுமையாக கேட்டுக் கொண்டிருந்தான். பின் அவள்

கேள்வியை கேட்டு முடித்தவன் கண்களைத் திறந்து,

"இந்த கேள்வியை இதுவரைக்கும் யாரும் என்கிட்ட கேட்டதே இல்லை," என்று கூறி சிரித்தான்.

"இவ்வளவு பெரிய கம்பெனி இவ்வளவு எம்ப்ளாயீஸ் ஒரு பெரிய குடும்பத்துல நான் இருக்கேன். எங்க அப்பா சொல்லுவாரு, நம்ம எம்ப்ளாயீஸ் தான் நம்ம குடும்பம். அவங்க கிட்ட சந்தோஷமா சிரிச்சு பேசினா தான் நம்ம மேல அவங்களுக்கு அன்பு வரும். மரியாதை வேற, பயம் அப்படிங்கிறது எல்லாம் அவசியமே இல்லாதது. நம்ம மேல அன்பு வச்சுட்டாங்கன்னா நமக்கு அவங்க மேலயும் அவங்களுக்கு நம்ம மேலையும் மியூச்சுவலா ஒரு மரியாதை வந்திடும். அதுதான் எல்லாரையும் ஒண்ணா சந்தோசமா உழைக்க வைக்கும். நல்ல வருமானமும் பெயரும் புகழும் அடைய உதவும். நீ நான் அப்படிங்கறத தாண்டி நாம ஜெயிக்க முடியும்னு," எப்பவுமே சொல்லுவாரு.

"அப்படி ஒவ்வொரு நாளும் சொல்லி சொல்லி வளர்க்கப்பட்டவன் நான். என் எம்பிளாய்ச நல்லா தெரிஞ்சுக்கறதுக்கு நான் அவங்க கூட பழகணும். அந்த சந்தர்ப்பம் எனக்கு அமையல, அவங்க எப்படி வேலை செய்றாங்க நல்லா வேலை செய்றாங்களா அப்படின்னு இந்த சிசிடிவி ல நான் செக் பண்ணல. நான் அவங்களோட ஆக்டிவிட்டிஸ மட்டும் தான் அப்சர்வ் பண்ணுறேன். அவங்க நடவடிக்கைகளை பார்த்து அவங்கள தெரிஞ்சுக்கிறேன். எனக்கு என் அப்பா, தாத்தா மாதிரி அவங்க எல்லார்கூடயும் உட்கார்ந்து பேசணும்னு ரொம்ப ஆசை தான். ஆனா என் சூழ்நிலை," என்று கூறி சிரித்தான்.

"என்ன சூழ்நிலை?", என்று எதையுமே யோசிக்காமல் கேட்டு விட்டாள்.

"சாரி சார். நான் எதார்த்தமா தான் கேட்டேன்," என்று பதட்டத்தோடு கூறினாள்.

"இல்ல, இல்ல. என் சூழ்நிலை என்னன்னா...," என்றவன்.

தான் அமர்ந்திருந்த சாரில் ஏதோ செய்ய அந்த சேர் டேபிளை

விட்டு நகர்ந்து டேபிளுக்கு வெளியே வந்து அவன் முழு உருவத்தையும் காண்பித்தது. அவன் அமர்ந்திருந்தது ஒரு எலக்ட்ரிக் ரிமோட் ஆபரேட்டட் வீல் சேர். அவன் கைகள் வைக்கும் இடத்தில் இருக்கும் பட்டன்களுக்கு அவன் கை விரல்கள் அழுத்தம் கொடுக்க அந்த சேர் நகர்ந்தது. அவன் கழுத்து பகுதிக்கு கீழ் உடல் செயல்பட இயலாமல் இருந்தது.

அவன் நிலையை கண்டவளுக்கு அதிர்ச்சியாக இருந்தது. கண்களில் நீரும் சூழ்ந்தது. அவளை பார்த்து புன்னகைத்தப்படியே பேச ஆரம்பித்தான்,

"எனக்கு யாரோட பரிதாபமும் வேண்டாம். நான் யாருக்கும் என்ன காட்டிக்கவும் விரும்பல. எனக்கு தயக்கமா தான் இருக்கு. நான் எத்தனை தடவை வேணா தோத்துப்போறேன். போராட என் மனசுல பலம் இருக்கு. ஆனா, என் மேல பாசம் வெச்சிருக்கவுங்க என்ன நெனச்சு வருத்தப்பட்டாலோ, இல்லனா என்ன கேலியா பேசினாலோ, அதை தாங்கிக்க என் மனசுல பலம் இல்ல," என்று

கூறிவிட்டு டேபிளுக்கு பின்னே சொல்ல பட்டன்களை அழுத்தி, டேபிளுக்கு பின்னே சென்றான். இப்போது அவனைப் பார்க்க ஒரு மாற்றுத்திறனாளி போல யாருக்குமே தெரியவில்லை. அவன் இயல்பாகவே தென்பட்டான்.

நடந்த சம்பவங்கள் கனவா நினைவா என்று குழம்பிப் போனாள் அமராவதி. பின் நடந்த நிகழ்வுகள், ராஜ் பேசிய மொழிகள் என அனைத்தையும் ஒரு கணம் நினைத்து பார்த்தவள். ஒரு பெருமூச்சு விட்டு பேசத் தொடங்கினாள்.

"உங்க எம்பிளாயீஸ் தான் உங்க குடும்பம்னு சொல்றீங்க. அவங்க கூட சிரிச்சு பேசினா தான் அவங்களுக்கு உங்க மேல ஒரு அன்பு வரும்னு சொல்றீங்க. அன்பு இருக்கிற இடத்தில பரிதாபத்துக்கும் இடம் இருக்கு சார். உங்களை உண்மையா நேசிக்கிறவங்க நீங்க ஜெயிச்சா உங்க சந்தோஷத்தை பார்த்து கண்ணீர் விடுவாங்க. அதுக்கு பேரு, நம்மளால ஜெயிக்க முடியலங்கற ஏக்கம் கிடையாது. அதுக்கு பேரு பாசம். அதே மாதிரி தான்

நீங்க உடல் நிலைமையை உங்கள் ஊழியர்களுக்கு காட்டினா அவங்க கண்ணீர் விடலாம், அதுக்கு பேரு பரிதாபம்னு மட்டுமே சொல்ல முடியாது இல்லையா சார். அதுவும் உங்க மேல அவங்க வச்சிருக்க அன்போட வெளிப்பாடு தானே சார்.

அதுவும் கூட மறைஞ்சு போயிடும் சார். ஏன்னா ஒவ்வொரு நாளும் நாம ஜெயிக்கணும்னு நீங்க உழைக்கிறதையும், உங்க உத்வேகத்தையும் பார்க்கும்போதும், எந்தவித பதட்டமோ, தயக்கமோ, வருத்தமோ, இல்லாத தெளிவான சந்தோஷமான உங்க முகத்தை பார்க்கும்போதும் உங்க மேல அவங்களுக்கு ஒரு தனி மரியாதை பிறக்கும். உங்கள உற்சாகப்படுத்தி பார்க்க எல்லாரும் சேர்ந்து உழைப்பாங்க. உங்களுடைய தன்னம்பிக்கையும் தைரியமும் உங்கள மாதிரி வாழ்க்கையில ஜெயிக்கணும்னு நினைக்கிற எத்தனையோ பசங்களுக்கு ஒரு எடுத்துக்காட்டா இருக்கும். நிலாவுல கரை இருக்கத்தான் செய்யுது.

அதுக்காக நாம அதை ரசிக்காமா விடறோமா? இல்லையே.

பழுத்த மரம் கல்லடி படும். நீங்க உங்க உடல் நிலையை தாண்டி சாதாரணமான ஒரு மனுஷனா இருந்தாலும், கேலி, கிண்டல், கேவலம்னு ஏதாவது ஒன்ன தாண்டி வந்து தான் ஆகணும். பேசுறவங்க ஆயிரம் பேசுவாங்க, அதுக்காக உங்க திறமையை உள்ளுக்குள்ளேயே பூட்டி வச்சுகிறதா? வெளியே வாங்க சார், பிரகாசமான சூரியன் உதிக்கும் போது ஒரு சில ஓநாய்கள் குறைக்க தான் செய்யும். ஆனா உங்களை நம்பி எத்தனை உயிர்கள் இருக்கு. அதை யோசிச்சு பாருங்க" என்று பணிவாக தன் கருத்தினை முன் வைத்தாள்.

அவள் பேசியதை எல்லாம் கண் கொட்டாமல் கவனித்துக் கொண்டிருந்தான்.

"நான் என் மனசுல தோணுனத பேசிட்டேன் சார். உங்களுக்கு சரின்னு தோணுனா யோசிச்சு பாருங்க. இல்லன்னா விட்டுருங்க. நான் கிளம்புட்டுமா சார்," என்றாள்.

"ம்...," என்று கூறி அவளை பார்த்து தலையை அசைத்தான்.

அவள் கதவை திறந்து வெளியே செல்லும் வரை அவன் பார்வை அவளை விட்டு மறையயவில்லை.

30

வழக்கமான காலை பொழுதை அனைவருமே எதிர்கொள்வோம். அதே நேரத்துக்கு பால் காய்ச்சுதல், அதே நேரத்தில் புறப்படுதல், வழக்கமான வெயில், வழக்கமான போக்குவரத்து நெரிசல், என இயல்பு வாழ்க்கை கடினமாக தோன்றினாலும், அதை நம் உடலும் மனதும் பழகிவிட்டது. ஒருவேளை இவற்றிலிருந்து ஒரு நாள் ஏதாவது ஒரு வேறுபாடு வந்தால், என்ன ஆகும்? வழக்கத்திற்கு அப்பாற்பட்ட நாட்களும் அமைவது சகஜம்தான். அவை தானே வாழ்க்கையை இன்னும் சுவாரசியமாக ஆக்குபவை.

அப்படி வழக்கத்திற்கு மாறான ஒரு நாள் அது. எப்போதும் போல அமராவதி எழுந்து தன்னை தயார் செய்து கொண்டு அலுவலகத்துக்கு புறப்பட்டாள். வழக்கம் போல ராஜின் கேபினுக்கு முன் சென்று அந்த பெல்லின் சத்தத்தை எதிர்நோக்கி காத்திருந்தாள். மணி 9:20ஐ கடந்தது. ஆனால் மணியோசை அவள் செவிகளுக்கு எட்டவே இல்லை.

காத்திருப்பு அறையில் இருந்து வெளியே வந்து அங்கே இருந்த பியூனிடம், "இன்னும் சார் வரலைன்னு நினைக்கிறேன். அவர் பெல் அடிச்ச உடனே இன்·பார்ம் பண்ணுங்க. நான் என்னோட ப்ளேஸ்ல வெயிட் பண்றேன் ", என்று கூறிவிட்டு அவளுடைய இருக்கைக்கு சென்றாள்.

அங்கே அவளின் சக தோழியை பார்த்து புன்னகைத்து விட்டு அவள் டேபிளில் இருந்த தண்ணீர் பாட்டிலை எடுத்து அந்த டேபிளில் சாய்ந்தபடியே நின்று கொண்டு தண்ணீரை பருகினாள்.

திடிரென்று அவளுக்கு வலது புறம் இருந்த அனைவரும் எழுந்து நிற்பதை போல உணர்ந்தவள், என்ன நடக்கிறது என்று கவனித்தாள். அலுவலகத்தில் அந்த மாடியில் இருந்த அனைவருமே அப்போது வேலை செய்வதை நிறுத்திவிட்டு யாரோ உள்ளே நுழைவதை ஆர்வமாக பார்த்துக் கொண்டிருந்தனர்.

அனைவரின் முகத்திலும் ஒரு ஆச்சரியம் எதிர்பாராதது எதுவோ

நடந்தது போல் அனைவருமே பதட்டத்தோடு தங்கள் இருக்கைகளில் இருந்து எழுந்து நின்றனர்.

சக்கர நாற்காலியில் ஒருவித தயக்கத்தோடு ராஜ் பயணம் செய்து வந்து கொண்டிருந்தான். அவன் மனதில் ஆயிரம் கேள்விகள். நம்மை இப்படி காண்பவர்கள் நம்மை பற்றி என்ன நினைப்பார்கள்? நம்மை முதலாளியாக ஏற்பார்களா? நம்மை சக மனிதனாக நடத்துவார்களா? நம்மேல் பரிதாபம் கொள்வார்களா? நம்மை ஏளனமாக நினைத்து விடுவார்களா? என்று ஏதேதோ யோசனை செய்து தன்னை தானே குழப்பிக் கொண்டிருந்தான்.

அந்த சமயத்தில் அங்கு நின்று இருந்த அமராவதி, "குட்மார்னிங் சார். ஹேவ் எ நைஸ் டே," என்று புன்னகையோடு கூறிட அனைவருமே மிகுந்த ஆனந்தத்தோடு ராஜை வரவேற்று வாழ்த்தினர்.

அனைத்து ஊழியர்களுக்கும் ராஜின் நிலை பரிதாபம் அளித்தாலும் அவர் இத்தனை நாள் அவர் நிலையை அவர்களிடமிருந்து மறைத்தது

மனதிற்கு வருத்தம் அளித்தது. ஆனபோதும் அவரின் மனநிலையை கருத்தில் கொண்டு அவர்கள் இதனை பெரிது படுத்தவில்லை. நீண்ட நாட்களாக அனைத்து ஊழியர்களுக்கும் இருந்த குறை, ராஜ் அவர்களிடம் சகஜமாக அமர்ந்து பழகவில்லை என்பதே ஆகும். அந்தக் குறை இப்போது தீர்ந்தது. ஏனென்றால் ராஜ் அனைத்து ஊழியர்களும் பயன்படுத்தும் நுழைவாயிலேயே உபயோகப்படுத்தினான்.

மேலும், அவர்களுடன் சகஜமாக லிப்டிலும் சென்றான். அனைத்து ஊழியர்களிடமும் அவர்கள் இருக்கையின் அருகே சென்று ஓய்வு நேரத்தில் சிரித்து பேசி மகிழ்ந்தான். இவை அனைத்தும் ஊழியர்களுக்கு மிகுந்த சந்தோஷத்தை கொடுத்தது. மேலும் ராஜின் உடலில் உள்ள குறை கூட அவர்களுக்கு தெரியவில்லை. அவை அனைத்தையும் தாண்டி அவருடைய தன்னம்பிக்கை, விடாமுயற்சி, திறன் போன்றவை அவர்களுக்கு பெரிதும் ஊக்கம் அளிப்பதாக இருந்தது.

ராஜை பற்றி நாளிதழிலும் மாத இதழ்களிலும் செய்தி பரவியது. 'குறை என்பது ஒருவரின் வளர்ச்சிக்கு ஒருபோதும் தடையாக இருக்கக் கூடாது' என்று ராஜ் அளித்த பேட்டி பல இளைஞர்களுக்கு உத்வேகம் அளிக்கக் கூடியதாக இருந்தது. ராஜ்குழுமத்தின் மேல் மக்களுக்கு இருந்த நம்பிக்கை மேலும் உயர்ந்தது.

ராஜுக்கு மிகவும் ஆனந்தமாக இருந்தது. தான் தன்னுடைய நிலையை மறைத்து வைத்து தனக்குள்ளேயே புழுங்கிய காலங்கள் மறைந்து சிட்டுக்குருவி போல சிறகடித்து பறப்பது போல உணர்ந்தான். அனைவரிடமும் சிரித்து பேசுவது அவன் மனதிற்கு மிகுந்த ஆறுதலாக இருந்தது.

இவை அனைத்துக்கும் முதல் படியாக இருந்தவள் அமராவதி. அவள் தானே தன்னுடைய நிலை அறிந்து அவனை ஊக்குவித்தது. அதனால் அவளை அவனுடைய பர்சனல் செகரட்டரி ஆக பதவி உயர்வு வழங்கி அவனுடனே இருக்கும் படி செய்தான். ஏனோ, அமராவதி மேல் அவனுக்கு ஒரு நல்ல அபிப்பிராயம் உதித்தது.

அவள் அருகில் இருந்தால் அவனுக்கு உற்சாகமாக இருந்தது.

31

ராஜ் குழுமம் பட்டு நூல் தயாரிக்கும் தொழிற்சாலை வைத்துள்ளனர். அவர்களது நூல் பெருவாரியானவர்களால் வரவேற்கப்படக்கூடிய நம்பகத்தன்மை பெற்றது என்பதை நாம் அறிவோம். இவர்களுடைய பட்டுப் புடவைகளையும் நூல்களையும் சூரத்தை சேர்ந்த பிரபல பட்டுப்புடவை வியாபாரிகளுக்கு ஏற்றுமதி செய்வது வழக்கம். எதிர்பாராத விதமாக அவர்கள் தங்கள் ஆர்டரை கேன்சல் செய்வதோடு அவர்கள் ராஜ் குழுமத்தோடு வைத்திருந்த அக்ரீமெண்டையும் கேன்சல் செய்துவிட நேரே வந்திருந்தனர்.

மீட்டிங் ஹாலுக்குள் ராஜ்குழுமத்தின் சார்பாக, ராஜ் அவருடைய போர்ட் ஆஃப் டைரக்டர்ஸ் டீம், மற்றும் அவருடைய செக்ரெட்டரி அமராவதி ஆகியோர் அமர்ந்திருந்தனர். சில்க் சூரத் குழுமத்தை சேர்ந்த நிர்வாக இயக்குனர்கள் எதிர்ப்புறம் அமர்ந்திருந்தனர்.

'எதற்காக இப்படி திடிரென்று ஆர்டர் களை கேன்சல் செய்ததோடு அக்ரிமெண்டையும் கேன்சல் செய்கிறீர்கள்;' என்று போர்டு ஆஃப் டைரக்டர்ஸ் டீமிலிருந்து கேள்வி எழுப்பினர். அதற்கான சரியான பதில் அவர்கள் தரப்பிலிருந்து வரவில்லை. எந்த விதமான பேச்சுவார்த்தைக்கும் அவர்கள் உடன்படவில்லை. அவர்கள் அக்ரிமெண்டை கேன்சல் செய்துவிட்டு செல்வதிலேயே பிடிவாதமாக இருந்தனர். அப்போது ராஜிடம் மெதுவாக அமராவதி பேசினாள்,

"சார், நான் அவங்க கிட்ட கொஞ்சம் பேசலாமா? ", என்று பணிவாக கேட்டாள்.

சரி, என்னும் தோரணையில் எதிர்ப்புறம் அமர்ந்திருந்த நிர்வாக இயக்குனர்களை பார்த்தப்படியே தலையை அசைத்தான்.

எழுந்து நின்றவள், "குட் மார்னிங் எவ்ரிபடி, இப்போ நான் இங்க எங்க சார் ஓட சார்பா உங்க முன்னாடி பேசுறேன்," என்று பணிவாக கூறினாள்.

எதிர்ப்புறம் அமர்ந்திருந்த ஒரு நிர்வாக இயக்குனர், "ஏன் உங்க சாருக்கு பேசவும் முடியாதா?", என்று கேலியாக கேட்க, எதிர்ப்புறம் அமர்ந்திருந்த அனைவருமே கேலியாக சிரித்தனர்.

அவர்கள் ராஜின் உடலில் உள்ள குறையை சுட்டிக்காட்டி அதனாலேயே அக்ரீமெண்டை கேன்சல் செய்வதில் தீர்மானமாக இருந்தனர் என்பது அங்கிருந்து அனைவருக்கும் புரிந்தது. ராஜ் குழுமத்தை சேர்ந்த அனைவருக்குமே கோவம் வந்தது. போர்ட் ஆஃப் டைரக்டர்ஸ் டிமை சேர்ந்த ராமச்சந்திரன், அமராவதியை அமரும்படி ஜாடை செய்தார். அவரை பார்த்து புன்னகைத்து விட்டு எதிர்ப்புறம் அமர்ந்திருந்த அனைவரையும் தன்னம்பிக்கையோடு ஏறிட்டாள். அனைவருமே அமராவதியின் பார்வையில் அமைதி ஆயினர்.

"எங்க சாரோட குரலை கேட்கணும்னு ஆசைப்படுகிறீர்களா? அப்போ இந்த வீடியோவை பாருங்க," என்று கூறியவளின் குரலை கேட்டு ஒரு கணம் அமைதியானது அந்த மீட்டிங் ஹால்.

அவ்வாறு கூறியவள் மீட்டிங் ஹாலில் இருந்த விளக்குகளை அணைத்துவிட்டு ப்ரொஜெக்டரில் அவர்கள் அலுவலகத்தின் ஆண்டு விழாவின்போது ஊழியர்களிடம் பேசி எடுக்கப்பட்ட வீடியோ கிளிப்பிங்ஸை பிளே செய்தாள்.

ராஜுக்கு இவள் என்ன செய்கிறாள் என்பது குழப்பமாக இருந்த போதும், அந்த வீடியோ கிளிப்பிங்ஸை கூர்ந்து கவனிக்க தொடங்கினான்.

அதில் அவர்கள் ஊழியர்கள் ஒவ்வொருவரும் தங்கள் வேலையைப் பற்றி மிகவும் சந்தோஷமாக பேசி அதில் அவர்களுக்கு கிடைக்கும் திருப்தியை பற்றியும் பேசியிருந்தனர். பேசிய ஒவ்வொருவருமே ராஜ்குழுமத்தில் அவர்களுக்கு கிடைக்கும் சுதந்திரத்தை பற்றியும், அதனால் அவர்கள் வேலையை தைரியமாக சுலபமாக செய்ய முடிகிறது என்றும் அவர்களுக்கு கிடைக்கும் மரியாதை போன்றவற்றையும் மிகவும் சந்தோஷமாக பகிர்ந்து கொண்டனர்.

பலரும் பேசுகையில் இது வேறு ஒருவருடைய அலுவலகம் என்று ஒருபோதும் நினைத்ததில்லை என்றும் ஒவ்வொரு நாளும் இது அவர்களுடைய சொந்த தொழில், இதில் நாம் வெற்றியை அடைய வேண்டும் என்றும் முழு மூச்சுடன் உழைப்பதாக தெரிவித்து இருந்தனர்.

மேலும், ராஜ் பற்றி பேசுவையில் பலரும் கண் கலங்கினாலும் அவர்கள் அனைவரும் கூறியது,

"எங்க சாருக்கு நாங்க இருக்கோம்," என்றும் இந்த நிலையிலும் உழைத்து வெற்றி அடைய வேண்டும் என்று போராடி வெற்றி அடையும் ராஜின் தன்னம்பிக்கையும் தைரியமும் அவர்கள் அனைவருக்கும் புத்துணர்ச்சி அளிப்பதாகவும் தெரிவித்து மகிழ்ந்தனர்.

அவர்களில் பெரும்பான்மையானோர் கூறியது சோர்ந்து அமரும்போது அந்த இருக்கை கூட நான் இருக்கிறேன் உனக்கு என்று கூறுவது போல உயர்ந்த ரக நாற்காலியை ஒரு சாதாரண வேலை

செய்பவருக்கு கூட கொடுத்து இருக்கிறார் ராஜ். குடும்ப சூழ்நிலையை நினைத்து நாங்கள் யாருமே துவண்டு போனதே கிடையாது. நல்ல சம்பளமும் கொடுத்து எங்கள் பிள்ளைகளின் படிப்பு மற்றும் மருத்துவ செலவினையும் அவரே ஏற்றுள்ளார். இவை அனைத்துக்கும் மேலாக உழைத்து அதிலிருந்து அவருக்கு கிடைக்கும் லாபத்தை கடை நிலை ஊழியர் வரை அனைவருக்கும் கொடுத்து மகிழ்வார் எங்கள் ராஜ் சார். துப்புரவு தொழில் செய்பவரையும் கூட பார்த்து புன்னகைத்து நலம் விசாரிப்பவர் எங்கள் ராஜ் சார், என்று அவரைப் பற்றி ஒவ்வொரு ஊழியரும் கூறி மகிழ்ந்தனர்.

இறுதியில் அனைத்து ஊழியர்களும் சேர்ந்து,

"வி லவ் யூ, ராஜ் சார்," என்று சத்தமாக கூறினர். அந்த குரல்கள் சிம்ம கர்ஜனையாக மீட்டிங் ஹாலில் ஒலித்தது.

இந்த வீடியோ கிளிப்பிங்சை கண் கொட்டாமல் கூர்ந்து கவனித்துக்

கொண்டிருந்தான் ராஜ். ஒவ்வொரு ஊழியரும் எவ்வளவு ஆனந்தமாக அவர்கள் வேலையைப் பற்றி பேசுகிறார்கள் என்று நினைத்து ஆனந்தம் அடைந்தான். மேலும் ஒவ்வொருவரும் தன் மேல் அளவு கடந்த நம்பிக்கையும் மரியாதையையும் வைத்துள்ளார்கள் என்று நினைத்து பெருமை கொண்டான். தனக்கு யாருமே இல்லை என்ற எண்ணம் போய், இவ்வளவு பெரிய குடும்பம் தனக்கு உள்ளது என்று நினைத்து மனம் உருகிப் போனான். கண்கள் ஓரம் கண்ணீரும் பொங்கியது, உதட்டின் ஓரம் புன்னகையும் மலர்ந்தது, அனைத்தையும் மறைத்தான்.

அந்த வீடியோ கிளிப்பிங்ஸ் முடித்த நொடியே விளக்குகளை ஆன் செய்தாள் எதிர்ப்புறம் அமர்ந்திருந்த சூரத் சில்க் நிர்வாக அதிகாரிகளை அவள் பார்த்த பார்வை, 'இந்த குரல் போதுமா?,' என்று கேட்பது போல இருந்தது. தன்னை அமைதிப்படுத்திக் கொண்டு பேசத் தொடங்கினாள் அமராவதி,

"எங்க சாருக்கு நாங்க குரலாவும் இருப்போம், உறுதுணையாவும் இருப்போம். அவரால எழுந்து நடந்து செயல்பட முடியாது அப்படிங்கறது உண்மைதான். அதுக்காக அவர் சோர்ந்து போய் உட்காரல. உழைக்கிறார், இப்படித்தான் உழைக்கணும்னு எங்களை வழி நடத்துறாரு. அவருக்கு நாங்க எம்ப்ளாயீஸ் இவ்ளோ பேர் இருக்கோம். அவருக்கு நாங்க தான் பலம். முகத்தை மட்டுமே பார்த்து உடலில் உள்ள குறையை காட்டி பிசினஸ் வேண்டாம்னு கேன்சல் பண்ணிட்டு போக வந்திருக்கிற உங்களைவிட எங்களையே நம்பி இருக்கிற எம்ப்ளாய்ஸ் தான் எங்களுக்கு பெருசா தெரியுறாங்க. நீங்க எங்க பிசினஸ கேன்சல் பண்றது விட, நாங்க உங்ககிட்ட வெச்சிருக்கற பிசினஸ் டிலிங்ச கேன்சல் பண்ணிக்கறோம். நீங்க எல்லாருமே கிளம்பலாம்,"

என்று அமராவதி கூறிய நொடியே, சில்க் சூரத் நிர்வாக இயக்குனர்கள் வெளியேறினர். போர்ட் ஆஃப் டைரக்டர்ஸ் டீமில் இருந்த

அனைவருமே அமராவதி மேல் கோபம் கொண்டனர்.

"நீ யார் அவர்களை வெளியே போக சொல்ல,"

"அவங்க கூட நாம எவ்வளவு வருஷமா அக்ரிமெண்ட்ஸ் வச்சிருக்கோம் தெரியுமா?,"

"தே ஆர் லைக் ஃபேமிலி," என்று ஒவ்வொருவரும் அமராவதியை வசை பாட ராஜ் பேச ஆரம்பித்தான்.

"எல்லாருமே ஒரு நிமிஷம் அமைதியா இருக்கீங்களா?", என்ற கணீர் குரலுடன் பேசினான்.

"நாம் அவங்க கூட கிட்டத்தட்ட 20 வருஷமா பிசினஸ் வெச்சிருக்கோம். அஃப் கோர்ஸ் அவங்க நமக்கு ஃபேமிலி மாதிரி தான். ஆனா, அவங்க நம்மள அப்படி ட்ரீட் பண்ணலையே. என் மேல குறை இருக்கு, அதுக்காக என்னுடைய எம்பிளாய்ஸ் என்ன பண்ணாங்க. அவங்க மேல ஏன் இவங்களுக்கு நம்பிக்கை வரல. ஒரு வேல நாம இவங்க கூட பிசினஸ் கன்டினியூ பண்ணாலும், நாளைக்கு ஏதாவது ஒரு

சின்ன தவறு நடந்தா, என் மேல அவங்க பாக்குற குறைனால என் ஊழியர்களையும் அலுவலகத்தையும் கூட குறையோட தான் பார்ப்பாங்க, இல்லையா," என்று ராஜ் கேட்க அனைத்து உறுப்பினர்களும் அமைதியாயினர்.

"நம்ம கம்பெனி மேல இவ்வளவு நம்பிக்கை வச்சிருக்காங்க நம்ம எம்ப்ளாயீஸ். அவங்களுக்கு நாம என்ன செய்யப் போறோம்? ", என்று கூறி நிறுத்தினான்.

அனைவருமே ராஜை பார்த்த வண்ணம் அமைதியாக இருந்தனர்.

"இன்னும் வேலை வாய்ப்பை அதிகப்படுத்தனும்," என்று மட்டும் கூறினான்.

"என்ன சொல்றீங்க? ராஜ்," என்று ஒன்றும் புரியாமல் கேள்வி எழுப்பியவர்களை பார்த்து.

"நாம ஏன் ஒரு சில்க் எம்போரியம் ஸ்டார்ட் பண்ண கூடாது? நம்ம ஸ்தாபனத்தை பெருசாகலாம். நிறைய பேருக்கு வேலை கொடுக்கலாம். நம்ம

மேல அசைக்க முடியாத நம்பிக்கை வைத்திருக்கிற ஊழியர்களுக்கு நம்மளால செய்ய முடிஞ்சத செய்யலாம்," என்று ராஜ் கூறினான்.

போர்டு ஆஃப் டைரக்டர்ஸ் டீமில் இருந்த அனைவருக்குமே ஒரே ஆனந்தம். ராஜின் முடிவை மனப்பூர்வமாக ஏற்றுக்கொண்டு விடை பெற்று சென்றனர்.

32

அமராவதி மட்டும் அனைவரும் சென்ற பின்னும் அங்கேயே தயங்கி நின்றாள்.

"அமரா, நான் உங்ககிட்ட கொஞ்சம் பேசணும். இங்க வந்து உட்காருங்க", என்று தன் அருகில் இருந்து ஒரு சேரை காண்பித்தான்.

தயங்கியபடியே அவன் அருகில் வந்து நின்று, "என்னை மன்னிச்சிடுங்க சார் நான் அவசரப்பட்டு பேசிட்டேன். நான் பண்ணது தப்புதான்," என்று பணிவாக கூறினாள்.

தலையசைத்தவன் ஒரு பெரு மூச்சு விட்டான். "நீங்க பண்ணது ரொம்ப பெரிய தப்புதான். நீங்க அந்த சீட்ல இருந்து என் சார்பா பேசி இருக்க கூடாது. இந்த சீட்ல இருந்து பேசி இருக்கணும்," என்று தன் அருகே இருந்த சீட்டை காண்பித்தான். என்ன கூறுவது என்று தெரியாமல் விழித்தாள்.

சிரித்தபடியே மேலும் பேச தொடங்கினான். "யாருமே வேண்டாம், எதுவுமே வேண்டாம்னு என்

அடையாளத்தையே வெளியே காட்டாம இருந்த எனக்கு தன்னம்பிக்கையை கொடுத்து என்னை வெளியே வர வச்சது முதல் தப்பு. என்னோட குறைய வச்சு என்னை கேலி செஞ்சவங்க முன்னால என் எம்ப்ளாயீஸ் ஆன என் குடும்பம் என் மேல எவ்வளவு அன்பு வச்சிருக்காங்கன்னு எடுத்து காமிச்சது இரண்டாவது தப்பு. இது எல்லாத்துக்கும் மேல துணையே இல்லாத வாழ்க்கையை சகிச்சுக்கிட்டு வாழ்ந்துட்டு இருந்த என்ன, வாழ்ந்தா உன்ன மாதிரி மனசுக்கு மரியாதை கொடுத்து நடந்துக்கிற ஒரு பொண்ணோட வாழனும்னு ஆசை வர வெச்சது தான் பெரிய தப்பு", என்று கூறி நிறுத்தினான்.

இவன் என்ன கூற வருகிறான் என்பது புரிந்தும் அவன் மேலும் தொடர வாய்ப்பு அளித்து அமைதியாக இருந்தாள்.

"என்ன மாதிரி இப்படி...," என்று கூறி தயங்கியவன் அவள் கண்களை நேரே பார்த்து,

"நான் கல்யாணம்னு ஒரு ஆசை வளத்துக்கிட்டது தப்புதான். எனக்கு உன் கூட பேசி பழகுனப்பதான் வாழ்க்கையோட அழகும் சுவாரசியமும் புரிஞ்சது. உன் கூட கடைசி வரை பயணிக்கும்னு தோணுது. இந்த பயணம் எனக்கு சுகமானதா நிச்சயம் இருக்கும். ஒரு வேலை உனக்கு சுமையானதாகவும் இருக்கலாம். நான் யாருகிட்டயும் அபிப்பிராயம் கேட்க வேண்டியதில்லை. ஏன்னா எனக்கு யாரும் இல்லை. என் குடும்பம் இந்த ஆபீஸ் தான். நீ உன் விருப்பத்தை வெளிப்படையா சொல்லலாம். யோசிச்சு உன் முடிவை சொல்லு. ஒரு அழகான வாழ்க்கையை நாம் இரண்டு பேரும் சேர்ந்து சந்தோஷமா வாழலாம்," என்று கூறி அவள் பதிலை எதிர்பார்த்து காத்திருந்தான்.

அவன் கூறிய அனைத்தையும் பொறுமையோடு கேட்டவள். அமைதியாக நின்றாள். அவன் கண்களோடு கண்களால் பேசினாள் அவளையும் அறியாமல் கண் கலங்கினாள். ஏதோ யூகித்தவன்,

"உன்னை நான் ஃபோர்ஸ் பண்ணல, என்ன மாதிரி ஒருத்தர கல்யாணம் பண்ணிக்கிறதுக்கு...," என்று கூறிக் கொண்டிருந்தவனை இடைமறித்து.

"எனக்கு சம்மதம்," என்று கூறினாள்.

"என்ன சொல்ற...," என்று ஆச்சரியமாக கேட்டவனை,

"எனக்கும் உங்க கூட வாழ்க்கை பூரா பயணம் செய்யணும்னு ஆசையா இருக்கு. என் கனவுகள் உங்களோடு ஒத்துப் போகும்னு நான் நம்புறேன்," என்று கூறியவளை பார்த்து ஆனந்தமாக புன்னகைத்தான்.

அவள் மனதில் சந்தோஷமும் தோன்றியது, ஆயிரம் கேள்விகளும் உதித்தெழுந்தது. இது நிஜமா? இல்லை கனவா? நேற்று வரை யாரும் இல்லாமல் தனியாக வசித்து வந்த நமக்கு இன்று ஒரு புது உறவு கிடைத்துள்ளது. ஆனால், நாம் யாருக்காக இப்பொழுது வாழ்க்கையுடன் போராடுகிறோம்? அம்மு. அம்முவை பற்றியும் இவரிடம் கூற வேண்டும். இவர் அம்முவை பற்றி கூறினால் என்ன நினைப்பார்? நம்மை

தவறாக நினைத்துக் கொள்வாரா? இவருக்கு நிறையவே உதவும் மனப்பான்மை உண்டு. ஆதலால் தவறாக நினைக்க வாய்ப்பு இல்லை. இருந்தாலும் அம்முவின் வாழ்க்கையை நன்முறையில் அமைத்து வைக்காமல் நாம் எவ்வாறு திருமணம் செய்து கொள்வது? ஒருவேளை திருமணம் செய்து கொண்டால் அதன் பிறகும் அவளுக்கு உதவிட இவரும் நம்முடன் ஒத்துழைப்பாரா? என பல கேள்விகள் அவளின் மனதில் தோன்றி மறைந்தது.

நம் வார்த்தைகளை மதித்து தன் உடல் குறையை அனைவரிடமும் கூறி தன் அடையாளத்தை நமக்காக வெளிப்படுத்தினார். நல்ல குணமான மனிதர். தன் வார்த்தைகளின் மீதும், செயல்களின் மீதும் அளவு கடந்த நம்பிக்கை கொண்டுள்ளார். அவரே நம்மை திருமணம் செய்து கொள்ள விரும்புகிறார். நம்மேல் அதீத நம்பிக்கை கொண்டுள்ளார். அந்த நம்பிக்கையை உடைத்தெறிய வேண்டாம். மேலும், நமக்கென ஒரு நல்ல ஆண்மகனின் துணை இருப்பது மிகவும் நல்லதுதான். அவரை நாம்

நன்றாக கவனித்துக் கொள்வதும் அன்பு செலுத்துவதும் மட்டுமே நம் பொறுப்பாக இருக்கும். சில சந்தோஷங்கள் நிறந்தரமானவை அல்ல. நரைக்கூடும் நாட்களில் ஒருவர் மேல் ஒருவர் வைத்திருக்கும் அன்பே நிரந்தரமானது. இவரும் நம்மிடம் அடைக்கலமாக வரவில்லை. நாமும் இவரிடம் அடைக்கலமாக செல்லவில்லை. அழகான ஒரு வாழ்க்கையை இருவரும் சேர்ந்து துவங்கலாம். என நினைத்து மனதை ஆறுதல் படுத்திக் கொண்டாள்.

நாட்கள் நகர்ந்தது, காலம் கனிய துவங்கியது. அமரா அவள் கண்ட மற்றும் காணும் கனவுகளை பற்றி ராஜிடம் கூறினாள். ராஜுக்கு அமராவின் கனவுகள் புரிய தொடங்கியது. ஆதரவற்ற ஒரு பெண் குழந்தைக்கு ஆதரவு தரவும், கல்வியை கொடுத்து அவள் வாழ்க்கையில் ஒளியேற்றவும், அவள் எதிர்காலத்தை பாதுகாப்பாக அமைத்திடவும், ஆசை கொண்டு அமராவும் அவள் தோழிகள் மூவரும் சேர்ந்து செய்து வரும்

செயல்களை அறிந்து பெருமை கொண்டான்.

அம்முவை சந்தித்தது முதல், அவள் பெயரை அவள் விடுகதையாக கூறியது, அவள் தந்தை விபத்தில் தவறியது, அவள் ஆசிரமத்துக்கு சென்றது என அனைத்தையும் கூறினாள்.

"நீங்க என்கூட அந்த முக்கியமான ஒருத்தரை பார்க்க வரீங்களா," என்றாள்.

சற்றும் தாமதிக்காமல் சரி என்னும் தோரணையில் தலையை அசைத்தான். ராஜுக்காக பிரத்தியேகமாக உருவாக்கப்பட்ட காரில் அவன் சக்கர நாற்காலியின் உதவியுடன் ஏற, அமராவதி ஓட்டுநர் இருக்கையில் அமர்ந்தாள்.

முதல் முறையாக, ராஜ் டிரைவர் இல்லாமல் தானாக தனக்காகவே பிறந்த பெண்ணுடன் ஆனந்தமாக தன் பயணத்தை தொடங்கினான். அவன் மனதில் நிறைய சந்தோஷம். தனக்கென வாழ்க்கையில் யாரும் இல்லை என்று நினைத்து

வருந்தியவன் வாழ்க்கையில் ஒரு பிடிப்பு வந்ததாக நினைத்தான்.

அமராவதியும் இனி தன் வாழ்க்கையின் அர்த்தமே அம்மு தான் என்று நினைத்து வாழ்ந்து வந்தாள். ஆனால் தன் வாழ்க்கை வேறு ஒரு மார்க்கத்தில் பயணம் செய்ய இருக்கிறது, ஆனாலும் இத்தனை நாள் நம் கனவாக இருந்த ஒரு உணர்வை தன் வாழ்க்கையின் துணையோடு பகிர்ந்து அதை நிஜமாக்க ஆசை கொண்டாள்.

கபினியின் ஆசிரமத்துக்கு அவர்கள் கார் வந்து சேர்ந்தது. ஒட்டுநர் இருக்கையில் இருந்து இறங்கியவள், மறுபுறம் வந்து ராஜ் அமர்ந்திருந்த இருக்கையின் அருகில் இருந்த கதவினை திறந்து வைத்தாள். ஒரு பட்டனை அழுத்தியவுடன் பலகை போல ஒரு தட்டு தரைக்கு சாய்வாக வந்தது. ராஜின் இருக்கையை காரின் பிடியிலிருந்து ரிலீஸ் செய்தவள், அவன் சக்கர நாற்காலியை மெதுவாக பிடித்து கீழே இழுத்தாள். ராஜ் அவளுக்கு ஒத்துழைத்து, சாய்வான பகுதியில் இருந்து சமதளத்துக்கு

வந்தவுடன், அவனே அவன் நாற்காலியை இயக்கிக் கொண்டான்.

அமராவதி தன் உடலின் நிலையை நன்கு அறிந்திருந்தாள் என்று நினைத்து பூரித்துப் போனான்.

"அமரா," என்று அழைத்தான். வெட்கம் கலந்து புன்னகையோடு இருவரும் ஆசிரமத்தில் நுழைந்தனர்.

ஆசிரமத்தின் நிர்வாகி மரியாவை பார்த்து, "வணக்கம், மேடம். இவர் கமலேஷ் ராஜ். ராஜ் குழும்பத்தோட ஒனர்," என்றவள் சற்று தயக்கத்தோடு ராஜை பார்த்தாள்.

"ஹலோ மேம், நாங்க ரெண்டு பேரும் கூடிய சீக்கிரம் கல்யாணம் செஞ்சுக்க போறோம். இவங்க என்னோட வருங்கால மனைவி," என்று கூறியபடியே அமராவை பார்த்து புன்னகைத்தான்.

மிகுந்த ஆனந்தமடைந்த மரியா, தன் சந்தோஷத்தை மனப்பூர்வமாக வெளிப்படுத்தினார். மேலும்,

"ரொம்ப சந்தோஷமா இருக்கு. ஒரு ஆறு வருஷம் முன்னாடி தான் எனக்கும் அமராவதிக்கும் பழக்கம் ஏற்பட்டது. அப்போ அவ சின்ன பொண்ணு. ஏதோ ஆர்வத்துல பேசிட்டு இருக்கான்னு நினைச்சேன். காலம் போக போக எல்லாத்தையும் மறந்துடுவான்னு நினைச்சேன். ஆனா இன்னி வரைக்கும் அவளோட செயலும் அவள் தோழிகளோடு செயலும் எனக்கு புல்லரிக்க வைக்குது. எங்கேயோ பிறந்து எங்கேயோ வளர்ந்து, கல்லூரி படிப்புங்கிற பொன்னான காலத்துல வாழ்க்கைக்கு அர்த்தம் தர மாதிரியான செயல இவங்க நாலு பேரும் சேர்ந்து செஞ்சுட்டு இருக்காங்க. ரொம்ப கஷ்டப்பட்டு ஒரு பெண் குழந்தைக்கு கல்வியை கொடுக்குறாங்க. ஒரு வம்சத்துக்கே கல்வியை கொடுத்து உருவாக்கிக்கிட்டு இருக்காங்க," என்று அமராவதியும் அவள் தோழிகளும் சேர்ந்து செய்யும் முயற்சிகள் பற்றி விளக்கமாக கூறினாள் மரியா.

அனைத்தையும் கேட்டவனுக்கு உடல் முழுவதும் குளிர்ந்து போனது. பிரதிபலன்

பார்க்காமல் ஒரு பத்து நிமிடம் மட்டுமே பழகிய குழந்தைக்காக தன் வாழ்க்கையே அர்ப்பணம் செய்ய துணிந்தவள் அமராவதி என்று நினைத்து பூரித்துப் போனான்.

மரியா அந்த குழந்தையை அழைத்து வர சென்றார்.

"உன்னையும் உன் தோழிகளையும் நினைச்சா எனக்கு ரொம்ப பெருமையா இருக்கு," என்றான். ஏனோ ஒருவித தடுமாற்றத்துடன் அவன் முகத்தை பார்த்தாள்.

"எனக்கும் இந்த இடத்துல ஒன்னு தோணுது. பிராக்டிகலா சொல்லணும்னா நம்மளோட கல்யாண வாழ்க்கை மத்த ஜோடிகளோட வாழ்க்கை மாதிரி இல்ல. சில சந்தோஷங்களுக்கு நம்ம வாழ்க்கையில இடம் இல்லைன்னு நினைச்சேன். ஆனா, அது தப்பு...," என்று கூறி நிறுத்தினான்.

என்ன கூற வருகிறான் என்று கூர்ந்து கவனித்தாள்.

"நம்ம கண்ணு முன்னாடி யாருமே, யாரும் இல்லைன்னு இருக்க கூடாது. எல்லாருக்கும் நாம இருக்கோம்", என்று கூறினான்.

தன் மனதை அறிந்து கொண்டவனை பார்த்து சந்தோஷமாக கண்கலங்கினாள்.

"ஆதரவில்லாம இருக்கிற எல்லா குழந்தைகளும், நம்ம குழந்தைங்க..." என்றான்.

"நம்ம எம்ப்ளாயீஸ் எல்லாரும் நம்ம குடும்பம்...," தொடர்ந்தான்.

"நம்ம எம்ப்ளாயீஸ் ஓட குழந்தைங்க, நம்ம வாரிசு," என்று கூறி அமராவதியின் முகத்தை பார்த்தான்.

பெரும் ஆனந்தத்தோடு கண்களில் கண்ணீர் பொங்க ஒரு நிறைந்த பார்வையுடன் ராஜை பார்த்தாள்.

"அன்னிக்கு கல்யாணம் பண்ணிக்கலாமான்னு நீங்க கேட்ட உடனே நான் சரின்னு சொன்னேன், ஏன் தெரியுமா?", என்றாள்.

"தெரியும். என் மனசுல இருந்தது என் பிரதிபலிப்பா நீ அங்க மீட்டிங் ஹால்ல பேசினப்பவே நான் புரிஞ்சுகிட்டேன. உனக்கு என் மேல அளவு கடந்த மரியாதை இருக்குன்னு. அதோட உன் மனசோட ஓரத்துல என் மேல கொஞ்சம் ஆசை இருக்கும்னு நான் உணர்ந்தேன்," என்றான்.

அவனைப் பார்த்து அன்போடு சிரித்தவள், "மரியாதையும் இருக்கு. ஆசையும் இருக்கு. என் கனவுகளை உங்க கூட சேர்ந்து நிஜமாக்க முடியும்னு நினைச்சேன். சுயநலம் இல்லை. ஆனால், நீங்க என் ஆசைகளுக்கு மதிப்பு கொடுப்பீங்கனு நான் நம்புனேன். ஆனா...," என்று கூறிவிட்டு ராஜின் கண்களை பார்த்தாள்.

"நம்ம ரெண்டு பேரோட கனவுகளும் ஆசைகளும் நம்ம வாழ்க்கைய எந்த திசையில் பயணிக்க வைக்குதுன்னு நாம தெரிஞ்சுக்கிட்ட இடமா நான் இந்த ஆசிரமத்தையும் அம்முவையும் பார்க்கிறேன். நம்ம குடும்பம் ரொம்ப பெருசுங்க," என்று கூறியவளின்

கண்கள் கலங்கியது. குரலும் கூட நடுங்கியது.

"நமக்கு நிறைய குழந்தைகள் இருக்காங்க. எல்லாரையும் படிக்க வைக்கணும். அவங்க எல்லாரோட வாழ்க்கையும் நாம நல்ல முறையில் அமைச்சு வைக்கணும்," என்று படபடவென பேசிக்கொண்டே போனவளை ஆசையாக பார்த்துக் கொண்டிருந்தான் ராஜ்.

அப்போது சிறு குழந்தை என இருந்த அம்மு, பருவப்பெண்ணென கண் முன் தோன்றினாள். அவளைப் பார்த்து அமராவதி ஓடிச்சென்று அவளை கட்டி அணைத்துக் கொண்டாள். இருவரும் ஒருவரை ஒருவர் ஆசை தீர கண்டு மகிழ்ந்தனர். பின் அம்முவை அழைத்து வந்து ராஜின் முன் நிறுத்தினாள்.

"அம்மு இவரு ராஜ். நான் இவர கல்யாணம் செஞ்சு கிட்டுமா," என்றாள்.

"அக்கா, நான் இவரை டெஸ்ட் பண்ணனுமே," என்று கேலியாக கேட்டு சிரித்தாள்.

"டெஸ்ட் பண்ணனுமா? எப்படி டெஸ்ட் பண்ணுவீங்க மேடம்?", என்று ராஜும் விளையாட்டாக பேச தொடங்கினான்.

"என் பேர் என்ன சொல்லுங்க? ", என்றாள் அம்மு.

"பேரா?", என்று யோசித்தவன் சுதாரித்துக் கொண்டு, "உன் கேள்வியை பதிலா சொல்லட்டுமா? இல்ல உன் கேள்விக்கான பதில சொல்லட்டுமா?", என்று துடுக்காக கேட்டான்.

மூவருமே சிரித்து மகிழ்ந்தனர். சிறிது நேரம் பேசிவிட்டு ராஜும் அமராவதியும் புறப்பட தயாராகினர்.

"இங்க பாரு அம்மு, உன்னோட நாலு அக்காவும் உன் வாழ்க்கையை செக்யூர் பண்றதுக்கு எவ்வளவு உழைக்கிறாங்கன்னு எனக்கு தெரியும். உனக்கு இனி நாலு அக்கா மட்டும் இல்ல. நானும் இருக்கேன்," என்று கூறி தைரியம் அளித்தான்.

புன்னகையோடு ராஜ் பேசுவதை அமராவதியும் கவனித்தாள். "உனக்கு என்ன படிக்கணும்னு

தோணுதோ படி. உன் படிப்பு செலவுகளை நாங்க எல்லாரும் பார்த்துக்கிறோம். வேற எந்த கவலையும் உனக்கு வேண்டாம். இந்த வருஷம் பிளஸ் டூ எக்ஸாம் நல்ல எழுதி நல்ல ஸ்கோர் ஓட வெளிய வா. மத்த எல்லாத்தையும் நாங்க பார்த்துக்கிறோம்," என்று அம்முவின் முகத்தை பார்த்து அக்கறையோடு பேசினான்.

அம்முவிற்கு ராஜின் கனிவான வார்த்தைகள் சந்தோஷத்தை கொடுத்ததோடு நம் வாழ்க்கையில் நாம் ஜெயிக்க நமக்கு இத்தனை பேர் துணையாக இருக்கின்றனர் என்று நினைத்து பெருமை கொண்டாள். அமராவதியும் அம்மு விடமிருந்தும் மரியாவிடம் இருந்தும் விடை பெற்றுக்கொண்டு ராஜுடன் தன் வாழ்க்கை பயணத்தை தொடங்கினாள்.

33

ஒரு நன் நாளில் அனைத்து ஊழியர்களின் முன்னிலையிலும் அவர்களது அலுவலகத்தில் அமராவதி ராஜின் கரம் பற்றினாள். இருவரது திருமணமும் அந்த மேடையிலேயே பதிவு செய்யப்பட்டது. திருமணம் இனிதே நிறைவடைந்த நேரத்தில் ராஜ் அனைத்து ஊழியர்களுக்கும் ஒரு நற்செய்தியை கூறி அவர்களுக்கு இன்ப அதிர்ச்சி அளித்தான்.

"என்னோட வாழ்க்கை இவ்வளவுதான்னு நான் நெனச்சிட்டு இருந்த சமயத்துல இவ்வளவு பெரிய குடும்பம் எனக்காக இருக்குன்னு எனக்கு எடுத்து காமிச்சவங்க அமராவதி. என்னோட வாழ்க்கை இனி அவங்கள சந்தோஷமா வச்சுக்கிறது தான். அவங்களோட சந்தோஷம் ஆதரவில்லாத குழந்தைகளை ஆதரிக்கிறதுல தான் இருக்கு. அதனால கூடிய சீக்கிரமே 'இது நம் குடும்பம்'னு ஒரு இல்லம் ஆரம்பிக்க போறோம். இதன் மூலியமா ஆதரவு இல்லாத குழந்தைகள், பெண்கள்

வயசானவங்கன்னு நிறைய பேர் பயனடைவாங்க," என்று கூறினான்.

அனைத்து ஊழியர்களும் மிகுந்த ஆனந்தம் அடைந்தனர். கைகளை தட்டி தங்கள் மகிழ்ச்சியை வெளிப்படுத்தினர். மேலும் தொடர்ந்த ராஜ்,

"அதோட எங்க குடும்பம் ரொம்ப பெருசு. அதுல எத்தனை பேர் இருக்காங்கன்னு தெரியுமா?", என்றான் அனைவருமே அமைதி காத்தனர்.

"450 பேர்", என்ற அனைத்து ஊழியர்களையும் பார்த்தான்.

"நம்ம குடும்பத்தை சேர்ந்தவர்களை நாம தானே பார்த்துக்கணும். அந்த வகையில நம்ம கம்பெனியோட 60% ஷேர்ஸ், நான் நம்ம ஊழியர்கள் எல்லாரோடையும் பகிர்ந்துக்கிறேன். அவங்க அவங்களோட எக்ஸ்பீரியன்ஸ் அண்ட் பொசிஷனுக்கு தகுந்த மாதிரி உங்க எல்லாருக்கும் இந்த ஷேர் பிரிச்சு கொடுக்கப்பட்டிருக்கு. இனி முதலாளி தொழிலாளிங்கிற வேற்றுமை இல்லை. இது நம்ம தொழில், நம்ம உழைப்பு, நம்ம வெற்றி, நம்ம குடும்பத்துக்கு,"

என்று ராஜ் பேசிய வார்த்தைகளை கண்கொட்டாமல் ஆசையாக பார்த்து நின்றாள் அமராவதி.

அனைத்து ஊழியர்களும் பெரும் மகிழ்ச்சியில் ஆழ்ந்தனர். அனைவரையும் கையெடுத்து கும்பிட்டு தன் நன்றிகளை தெரிவித்தாள் அமராவதி. தன் குடும்பத்தையும் வாழ்க்கைத் துணையையும் கண்டு ரசித்தவளுக்கு கண்கள் குளமானது ஆனந்த வெள்ளத்தில் அவள் தத்தளித்தாள்.

34

ஒரு செயலை நாம் நினைத்த நொடியே செய்து முடிக்க முடியுமா? அதற்கான சரியான காலமும் உழைப்பும் மட்டுமே நாம் அந்த செயலை செய்து முடிக்க உதவியாக இருக்கும். உதாரணமாக ஒரு பாத்திரத்தில் இருந்து நீரை இன்னொரு பாத்திரத்திற்கு வெறும் கைகளை மட்டுமே பயன்படுத்தி ஒரே ஒருமுறை மட்டுமே முயற்சி எடுத்து மாற்ற முடியுமா? ஒரு நிபந்தனை அந்த பாத்திரத்தில் உள்ள நீரை அப்படியே இன்னொரு பாத்திரத்தில் மாற்ற வேண்டும். வேறு எந்த பாத்திரத்தின் உதவியும் பெறக் கூடாது. அந்த பாத்திரத்தை நகர்த்தவோ தொடவோ கூடாது. அவ்வாறு மாற்ற இயலுமா?

முடியும் அந்த நீர் பனிக்கட்டியாக மாறும் காலம் வரும் வரை பொறுமை காக்க வேண்டும். அப்போது அந்த பனிக்கட்டியை ஒரே முறையில் நாம் இன்னொரு பாத்திரத்திற்கு மாற்ற முடியும்.

இது கடுமையான காத்திருப்பு என்று தோன்றுகிறதா? காத்திருப்பதே கடினம் தான். ஆனாலும் சரியான காலம் வரும் வரை காத்திருத்தல் வெற்றியை வெகு சுலபமாக ருசிக்க செய்யும். இவ்வாறான காத்திருப்பு நாம் அன்றாட வாழ்க்கையில் தினமுமே கடந்து வருபவை தான். அது ஒரு சில மணி நேரங்கள் அல்லது ஒரு சில நொடிகள் ஆதலால் அந்த காத்திருப்பு நமக்கு பெரிதாக தெரிவதில்லை.

பெரிய பெரிய காத்திருப்புகளும் நம் வாழ்க்கையில் நடந்தேருக்கின்றன. அவை வெற்றியையும் ருசிக்கச் செய்கிறது. சமயத்தில் ஆனந்த கண்ணீரையும் வரவைக்கிறது. காலம் கனியும்போது வெற்றிகனிகளை சுவைப்பதிலே ஒரு சுகம் இருக்கத்தான் செய்யும்.

மைதூர் விமான நிலையத்திலிருந்து கேபில் புறப்பட்ட நர்மதா, சிந்து, சுமித்ரா மூவரும் கபினியை சேர்ந்த விலங்குகள் சரணாலயத்துக்கு உட்பட்ட விடுதிக்கு வந்து சேர்ந்தனர்.

அவர்கள் மூவருக்கும் அமராவதியின் வாழ்க்கையில் நடந்த நிகழ்வுகள் பற்றி எதுவுமே தெரியாது. இன்னும் சொல்லப்போனால் நால்வருக்குமே மற்ற தோழிகளின் வாழ்க்கை முறை பற்றி எதுவுமே தெரியாது. அவர்கள் நால்வரையுமே இணைத்தது அம்முவிற்கு அவர்கள் செய்ய நினைத்த உதவியே. ஒவ்வொருவரின் வாழ்க்கை முறையிலும் ஏற்ற இறக்கங்களை சந்தித்த நேரத்திலும் அவர்கள் மாதாமாதம் அம்முவிற்கு ஒரு தொகையை ஒதுக்கி அதை அவளது வங்கி கணக்கில் சேர்க்க தவறவே இல்லை. இதற்கு அவர்கள் மூவரது குடும்ப உறுப்பினர்களும் உறுதுணையாக இருந்தது குறிப்பிடத்தக்கது.

கபினி விலங்குகள் சரணாலயத்துக்கு சொந்தமான விடுதியில் அவர்கள் மூவரும் தங்குவதற்காக ஒரு அறையை வேண்டி அங்கே காத்திருந்தனர். 'தற்போதைக்கு அறைகள் எதுவும் இல்லை' என்று விடுதியின் ஊழியர் கூற மூவருமே

என்ன செய்வது என்று புரியாமல் குழப்பத்தில் ஆழ்ந்திருந்தனர்.

அப்போது ஒரு வெள்ளை நிற கார் அவர்களை கடந்து விடுதி அலுவலகத்தை நோக்கி சென்றது. அந்த காரையே மூவரும் பார்த்த வண்ணம் இருந்தனர். அதிலிருந்து கருப்பு நிற காட்டன் புடவை கட்டி, பின்னல் இட்டு, அழகான சிவப்பு நிற போட்டு வைத்து முக ஒப்பனைகள் செய்த அழகான பெண் இறங்கினாள். அவள் இறங்கியதும் முதலில் மூவரையும் பார்த்து ஓடி வந்தாள். அவளைப் பார்த்ததும் இவர்கள் மூவருக்கும் ஒரே சந்தோஷம். அவள் யாருமில்லை அமராவதி தான்.

நால்வரும் ஒன்றாக சேர்ந்து ஒருவரை ஒருவர் கட்டித் தழுவி கொண்டனர். நால்வரும் ஒன்று சேர்ந்த இந்த சங்கமத்தில் கண்ணீர் வெள்ளம் பெருக்கெடுத்து ஓடியது. அவர்கள் நால்வரும் சேர்ந்து அடைந்து வெற்றியை நினைத்து பெருமை கொண்டனர்.

ஒருவரை ஒருவர் நலம் விசாரித்துவிட்டு,

"ஏன்டி இங்கே நிக்கிறீங்க? ", என்று அமராவதி கேட்க,

"ரூம் இல்லன்னு சொல்றாங்கடி," என்றாள் சுமித்ரா.

"அப்படியா? வாங்க பார்க்கலாம்", என்றாள் அமராவதி.

"ஹலோ மேடம், நீங்க போய் கேட்டா மட்டும் ரூம் கிடைச்சிடுமா? " என்றாள் நர்மதா.

"பாப்போம் வா," என்று மூவரையும் அழைத்துச் சென்றாள் அமராவதி.

விடுதி ஊழியரிடம் சென்றவுடன்,

"ஒரு ரூம் வேணும்" என்றாள்.

"ரூம் இப்ப எதுவும் வேக்கண்ட் இல்ல, எல்லாமே புக்காயிருக்கு மேடம்," என்றார் அந்த ஊழியர்.

"உங்களுக்கு ராஜ் இண்டஸ்ட்ரீஸ் தெரியுமா? ", என்றால் அமராவதி.

மற்ற மூவரும் ஒருவரை ஒருவர் பார்த்து சிரித்துக் கொண்டனர்.

காரணம், ஏற்கனவே ஒரு முறை அம்முவை பற்றி விசாரிக்க 12 ஆண்டுகளுக்கு முன் வந்த போது, இதே பொய்யை கூறித் தான் அவள் விசாரித்தாள் என்பதால் இம்முறையும் அவள் பொய் கூறுகிறாள் என்று நினைத்து மூவருமே சிரித்துக் கொண்டனர்.

"சும்மா இருங்கடி" என்று மூவரையும் செல்லமாக கண்டித்தாள் அமராவதி.

"தெரியும் மேடம்," என்று பதிலளித்தார் அந்த ஊழியர்.

"அவங்க எப்பவுமே இரண்டு ரூம் ஹோல்ட் பண்ணி வச்சிருப்பாங்களே, ஒரு ரூம் எங்களுக்கு குடுங்க. நானும் அந்த குடும்பத்தை சேர்ந்த பொண்ணு தான்," என்று கூறி தன் ஹேண்ட் பேக்கில் இருந்த தனது அடையாள அட்டையையும் அவளுக்கு சொந்தமான விசிடிங் கார்டையும் கொடுத்தாள்.

அதைப் பெற்றுக் கொண்ட ஊழியரும் அவர்களது பெயர் முகவரியை பதிவு செய்து கொண்டு ரூம் கீயை வழங்கினார். அதோடு நால்வரின் பெட்டிகளையும் எடுத்துச்

செல்ல ஹெல்பரையும் அனுப்பினார். இம்முறை அமராவதி கூறிய வார்த்தைகளில் உண்மை இருப்பதாக மூவருமே உணர்ந்தனர். ரூமுக்கு சென்றவுடன் நால்வருமே மெத்தையிலும் அருகே இருந்த சோஃபாவிலும் அமர்ந்தனர்.

சோபாவில் அமர்ந்திருந்த அமராவதியிடம் நர்மதா,

"இந்த தடவை பொய்யா சொன்ன? ", என்று தொடங்கினாள்.

"ஏன் அப்படி கேக்குற? ", என்றாள் அமராவதி.

"சும்மாதான். எனக்கென்னவோ நீ இந்த தடவை பேசுனதுல உண்மை இருக்கிற மாதிரி தோணுச்சு," என்று வெளிப்படையாக கேட்டாள்.

அவளைப் பார்த்து புன்னகைத்து விட்டு, தலையை குனிந்தாள் ஒரு பெரும் மூச்சு விட்டாள்.

"நான் ஒரு திருமண வாழ்க்கையை எதிர்பார்க்கவே இல்லை. எனக்குன்னு ஒரு துணை வேணும்னு ஆசைப்படல.

ஆனா, கடவுள் எனக்கு நான் ஆசைப்படாததையும் கொடுத்தார்.

ராஜ் இண்டஸ்ட்ரீஸ்ல வேலை பாத்துட்டு இருந்தேன். என்னுடைய எம்டி சார், கமலேஷ் ராஜ். என்ன கல்யாணம் பண்ணிக்க விரும்புவதாகும், என் கனவுகளை என்னோட சேர்ந்து சுமக்க தயாரா இருக்கிறதாகவும் சொன்னாரு. எனக்கு ஒரு துணை வேணும்னு தோணுச்சு. ராஜ் மாதிரி குணமுள்ள ஒரு துணை கிடைச்சா எந்த பொண்ணு தான் வேண்டான்னு சொல்லுவா," என்று தன் வாழ்க்கையை பற்றி தன் மூன்று தோழிகளிடமும் மனம் திறந்தாள்.

மற்ற மூவருமே அமராவதியை பார்த்து சிரித்தபடியே தங்கள் சந்தோஷத்தை வெளிப்படுத்தினர். மதியம் உணவருந்தி விட்டு நால்வரும் கார்டன் ஏரியாவில் அமர்ந்து தங்கள் வாழ்க்கை 12 ஆண்டுகளில் எவ்வாறு மாறி உள்ளது என ஆர்வமாக பேசிக் கொண்டிருந்தனர்.

35

நாட்கள் நகர்கிறது. ஒவ்வொருவரின் குணாதிசயமும் நாளுக்கு நாள் மாறுபடுகிறது. கல்லூரி படிக்கும் போது அதிகம் துடுக்காக பேசியவள் சிந்து, ஆனால் இப்போது நான்கு வார்த்தை பேசவே ஆயிரம் முறை யோசித்து விடுவாள் போலும். கல்லூரி படிக்கும் காலத்தில் அதிகம் கவனித்து குறைவாக பேசுபவள் நர்மதா, இப்போது ஓயாமல் பேசிக்கொண்டே இருக்கிறாள். பலமாக சிரித்து கொண்டாடுபவள் சுமித்ரா, சிரித்தால் முத்து உதிரும் என்று எண்ணினாளோ என்னவோ சிரிக்கவே மறந்து போனாள்.

மூவரின் நடவடிக்கைகளையும் கவனித்தாள் அமராவதி. "என்னடி, நானும் வந்ததுல இருந்து பாத்துட்டு இருக்கேன், நானும் நர்மதாவும் தான் பேசிட்டு இருக்கோம். வேற யாரும் பேசவே மாட்டேங்கறீங்க. என்னதான் ஆச்சு உங்க ரெண்டு பேருக்கும்," என்று சிந்துவையும் சுமித்ராவையும் பார்த்து கேட்டாள்.

"ஒன்னும் இல்ல, நீங்க ரெண்டு பேரும் சிரிச்சு பேசறத நான் கவனிச்சுட்டு இருக்கேன்," அவ்வளவுதான் என்றாள் சிந்து.

"ஒன்னும் இல்லடா, என்ன பேசுறதுன்னு தெரியல. நாலு பேரும் ரொம்ப நாள் கழிச்சு சேர்ந்து இருக்கோமா அதான்," என்றாள் சுமித்ரா.

"சரி, இப்படியே உட்கார்ந்துட்டு இருந்தா எதுவும் மாறாது. வாங்க நான் ஒரு இடத்துக்கு கூட்டிட்டு போறேன்," என்று கூறிவிட்டு கார்டனின் எதிர்ப்புறம் இருந்த திடல் பகுதிக்கு நால்வரையும் அழைத்துச் சென்றாள். அங்கே குழந்தைகள் விளையாடுவதற்காக ட்ராம்போலின் ஒன்று வைக்கப்பட்டிருந்தது.

"நர்மதா, குதிக்கலாமா," என்றாள் அமராவதி.

"என்னடி? இது குழந்தைகளுக்கு," என்று தயங்கினாள் நர்மதா.

"நீ வரியா, இல்லையா?", என்றாள்.

"ஏ... குழந்தை பிறந்ததுக்கு அப்புறம் நான் குதிக்கிறதையே விட்டுட்டேன்டி," என்று தயங்கினாள் நர்மதா.

"நான் போறேன்," என்று கூறிவிட்டு புடவையை எடுத்து இடுப்பில் சொருகிக்கொண்டு குதித்தாள் அமராவதி.

அவளின் புத்துணர்ச்சி மற்றும் புன்னகையை பார்த்து சுடிதார் அணிந்திருந்த நர்மதாவும் அவளோடு இணைந்தாள். இவர்கள் இருவரது கூச்சலும் கும்மாளமும் சுமித்ராவையும் ஈர்க்க அவளும் இவர்களோடு இணைந்தாள். முதலில் தரையில் நின்று அவர்களை உற்சாகப்படுத்தினாள். பின் அவளும் ஏறினாள்.

சுமித்ரா, நர்மதா, அமராவதி மூவரும் ட்ராம்போலினில் ஏறி கும்மாளம் போட்டுக் கொண்டிருந்தனர். அதைக் கீழே நின்று பார்த்துக் கொண்டிருந்த சிந்து, மனம் விட்டு சிரித்தாள். அவள் சிரிக்க சிரிக்க தென்றல் காற்றும் வீச தொடங்கியது. அந்த காற்றில் அவள் புடவை முந்தானையும் பறந்தாடியது,

இறுக்கமாக அணிந்திருந்த பின்னல் ஜடையும் ஆடியது. மெல்ல மெல்ல பிரியமாக தென்றல் அவளை வருடிவிட்டது போல எண்ணினாள். ஒரு கணம் அவள் உடல் சிலிர்த்து போனது. மேக கூட்டங்களை பார்த்து ரசித்தாள் ஒரு கணம் அவள் ஆசை கணவனை நினைத்துக் கொண்டாள். அவனே அவள் சிரிப்பதை பார்த்து சந்தோஷம் கொண்டு அவளை வருடிவிட்டது போல உணர்ந்தாள். மெய்சிலிர்த்து போனாள்.

நர்மதா அவளையும் டிராம்போலினுக்கு மேல் அழைத்து வந்தாள். நால்வருமே குதித்து குதித்து சிரித்து சிரித்து சோர்ந்து போய் தரையில் வந்து படுத்தனர்.

"நான் சிரிச்சே மூணு வருஷம் ஆச்சு," என்று சுமித்ரா மூச்சு வாங்கியப்படியே கூறினாள்.

"நான் ஒருத்தரை நம்பி அவர் மேல அன்பு வச்சு எல்லாமே வீண் அப்படின்னு தெரிஞ்சதும். என் வாழ்க்கையே வெறுத்துடுச்சு," என்று கூறி நிறுத்தினாள்.

அனைவருமே அமைதி காத்தனர்.

"அப்போ என்னோட ஒரு வயசு பையன், அவனுக்கு என்ன புரிஞ்சதுன்னே எனக்கு தெரியல. என் கண்ணை தொடச்சான். என்ன பாத்து சிரிச்சான். அப்பதான் புரிஞ்சது, என் உலகத்துல என்னென்னவோ ஆச்சு, ஆனா என் குழந்தையோட உலகத்துல நான் மட்டும்தான் இருக்கேன். நான் அழுதா அவனுக்கு பிடிக்கல. அவனுக்கு நான் சந்தோஷமா சிரிச்சு விளையாடணும். இனிமே அவனுக்காக தான் என் வாழ்க்கைன்னு முடிவு பண்ணி அவனுக்காக மட்டும்தான் ஒடிட்டு இருக்கேன். என் வாழ்க்கையை நானே பாத்துக்கிறேன். சந்தோஷமா தான் இருக்கேன்," என்று கம்பீரமாக கூறினாள். அதைக் கேட்ட மூவருமே கண் கலங்க சிந்துவும் தன்மகனை பற்றி நினைத்து கொண்டாள்.

"கல்யாணம்னு ஒன்னு நடக்கிற வரைக்கும் எந்த பொறுப்புகளும் இல்ல, எந்த கவலையும் இல்லை. இருக்கிறவன் இல்லாதவன் யாருகிட்டயும் பாகுபாடு பார்க்கறது இல்ல. கல்யாணம் ஆனதுக்கு அப்புறம் நிறைய பொறுப்புகள் வந்தது. நிறைய

தேவைகள் வந்தது. அந்த தேவைகளை ஈடு செய்ய பணம் தேவைப்பட்டது. பணத்தை தேடி ஓடினதுல, வசதின்னு ஒரு வார்த்தை வாழ்க்கைக்குள்ள வந்து போச்சு. அதுவரைக்கும் அந்த வார்த்தை வெறும் வார்த்தையாகத்தான் இருந்தது. அதுக்கு அப்புறம் தான் புரிஞ்சது அது வெறும் வார்த்தை இல்லை. மனித உணர்வுகளோட விளையாடுற ஒரு கருவின்னு.

அது இல்லாதவன்னு நாம நினைச்சு போறவங்க கிட்ட மரியாதையையும். இருக்கிறவன்னு நினைச்சு கையெடுத்து கும்பிடுறவன்கிட்ட கேவலத்தையும் கொடுத்துச்சு. இந்த வார்த்தையால நொந்து போன என்ன, என் கணவர்தான் தேற்றினார். என்னோட குடும்ப உறவுகளே இந்த வார்த்தையை வச்சு என்னை காயப்படுத்தினப்போ, என் கூட துணையா நின்னது என் கணவர் மட்டும்தான். அவர்தான் எனக்கு எல்லாமே. யார் வேணும்னா வரலாம் போலாம், ஆனால் அவர்தான் எனக்கு எல்லாமே. என்னால். அவர் இல்லாத வாழ்க்கையை யோசிச்சு கூட பாக்கவே முடியாது.

அம்முவை பத்தின என் கனவுகளுக்காக, எந்த நிலையிலும் எனக்கு உறுதுணையா இருந்து சப்போர்ட் பண்ணவரு என் புருஷன் தான். அவர் மேல நான் வெச்சிருக்கிற பாசத்தை வார்த்தையால என்னால சொல்லவே முடியாது. என் உலகமே அவர்தான்," என்று நர்மதா கண்களில் நீர் சொட்ட தன் கணவனைப் பற்றி கூறினாள். நர்மதா தன் கணவன் மேல கொண்டுள்ள அதீத பாசத்தை கண்ட மூவரும் பெருமை கொண்டனர்.

"உண்மைதான் நர்மதா. நாம நம்ம புருஷன் மேல வைக்கிற அன்பு அளவு கடந்தது. அதுவரைக்கும் அம்மா அப்பான்னு சுத்திக்கிட்டு இருந்த நாம, திடீர்னு ஒரு நாள் புருஷன் பின்னாடி சுத்த ஆரம்பிச்சுடுவோம். அவர் மேல நாம எவ்வளவு நம்பிக்கை வச்சிருக்கோம்னா, நம்ம மெய் அழகையே அவருக்கு கொடுக்க தயாரா இருக்கோம். அவங்களும் அதே மாதிரி தான். அவங்களுக்கும் நம்மள விட நிறைய பொறுப்புகள் இருக்கு. அது எல்லாத்துலயும் வெற்றி அடைய இவ நமக்கு உறுதுணையா இருப்பான்னு,

நம்ம மேல அலாதியான நம்பிக்கை வச்சு, நம்மள கல்யாணம் பண்ணி கூட்டிட்டு வர்றாங்க. எந்த நிலையிலும் நாம் அவர்களுக்கு துணையாய் இருக்கணும்," என்றாள் சிந்து.

அப்படியே ஒரே ஒரு நொடி தன் கண்களால் சுமித்ராவை பார்த்து,

"அதே சமயத்துல, நம்மள கேவலமாவோ கீழ்த்தரமாவோ நடத்துனா அவங்களுக்கு அடிமையா நாம இருக்க வேண்டிய அவசியம் இல்ல. அப்போ நாம கூண்ட விட்டு வெளியே வரதுல தப்பே இல்லை", என்றாள். அவளும் ஆம் என்னும் தோனியில் தலையசைக்க,

"எந்த நிலையிலும் கணவன் மனைவி ஒருத்தருக்கு ஒருத்தர் துணையா இருக்கணும். ஒருத்தருக்காக ஒருத்தர் விட்டுக் கொடுத்து போறது சரி, ஆனா ஒருத்தருக்காக ஒருத்தர் அடிமையாகிறது ரொம்ப தப்பு", என்று அனைவரையும் பார்த்து கூறினாள்.

"சரிதான், சிந்து. விட்டுக்கொடுக்கிறது அடிமையா இருக்கிறது இந்த ரெண்டு வார்த்தைக்கும் நிறைய வித்தியாசம

இருக்கு. அந்த ரெண்டு வார்த்தையுமே என் வாழ்க்கையில தினமும் வந்து போகுது. அவரும் ஆசைப்பட்டாரு நானும் ஆசைப்பட்டேன். ரெண்டு பேரும் சேர்ந்து மனசார சந்தோஷமா எங்க வாழ்க்கையை ஏத்துக்கிட்டோம். ஆனால் உலகம் எனக்கும் என் கணவருக்கும் நிறைய பெயர்களை பரிசா குடுத்துகிட்டு தான் இருக்கு," என்று கூறி நிறுத்தினாள் அமராவதி.

"நான் காசுக்காக கல்யாணம் பண்ணிக்கிட்டேன்னு ஒரு கூட்டம். நான் வேலைக்காரியா இருக்கிறதா ஒரு கூட்டம். என் கணவர் என் வாழ்க்கையே சீரழிச்சுட்டாருன்னு சொல்றதுக்கு ஒரு கூட்டம். என் கணவர் என்ன அடிமையா தான் வச்சிருக்கார்ன்னு சொல்றதுக்கு ஒரு கூட்டம்," என்று கூறிக் கொண்டே அவளும் அவளது கணவர் ராஜூம் இருந்த புகைப்படத்தை காண்பித்தாள். அதை பார்த்த மற்றும் மூவருக்குமே ஒரு புறம் அதிர்ச்சியாக இருந்தது, காரணம் அமராவதியினுடைய கணவர் சக்கர நாற்காலியில் அமர்ந்திருந்தார்.

"அதே மாதிரி நல்ல தம்பதி, ஒருத்தரை ஒருத்தர் புரிஞ்சுகிட்டு வாழ்றாங்கங்கிற

மாதிரி பேரும் எங்க வாழ்க்கையில தினமும் வந்து போகுது. யார் வேணா என்ன வேணா பேசட்டும், எங்களுக்கு தெரியும் எங்களோட காதல் மனச பார்த்து வந்தது," என்று கூறினாள் அமராவதி. அதை கேட்ட மற்ற மூவருக்கும் அமராவதியை நினைத்து பெருமையாக இருந்தது.

"நிரஞ்சனும் நானும் காதலிச்சு கல்யாணம் செஞ்சுகிட்டோம். என் வீட்டுக்கு நான் ஒரே பொண்ணு. அவர் வீட்டுக்கு அவர் தான் ஒரே பையன். எங்க ரெண்டு பேருக்குமே எங்களோட குடும்பம் ரொம்ப முக்கியம். ரெண்டு பக்கமும் அம்மா அப்பா சந்தோஷமா இருக்காங்களான்னு உறுதி செஞ்சுகிறதுல நிரஞ்சன் ரொம்ப கவனமா இருப்பாரு.

குழந்தை பிறந்த சமயத்துல நான் வேலைக்கு போகாம இருந்தப்போ ரெண்டு குடும்பத்தையும் தாங்கி பிடிச்சவர் அவர்தான். அப்போ அம்மூவோட கனவுகளுக்காக மனமுவந்து அந்த சிறிய தொகையை ஒதுக்கியதும் அவர்தான். திடீர்னு ஒரு நாள் அந்த பொறுப்புகள்

எல்லாத்தையும் என்ன நம்பி ஒப்பிடுச்சுட்டு போயிட்டாரு...

போகல, என் கூடவே என் சுவாசமா இருக்காரு, என் நிரஞ்சன்," என்று தன் வாழ்க்கையை பற்றியும் தன் கணவனை பற்றியும் ஆசையாக கூறினாள் சிந்து. சக தோழிகள் மூவருக்கும் சிந்துவினுடைய நிலை வருதமளித்தாலும் அவரகள் இருவரது காதலை நினைத்து பூரித்து போயினர்.

"கணவன் மனைவியோட வாழ்க்கை, மனசுக்கும் மனசுக்கும் மட்டுமே சொந்தமானது. இதை வெளியாட்கள் ஜட்ஜ் செய்வது ரொம்ப தப்பு. நாம நம்ம மனசுக்கு சரின்னு பட்டு ஒரு வாழ்க்கைய வாழறோம்.

விட்டுக் கொடுக்கிறதுங்கிறது ஒரு மெல்லிய கயிறு. அது கணவன் மனைவி ரெண்டு பேரோட பிடியிலும் இருக்கணும். ஆனா கீழ விடக்கூடாது. கணவன் இழுக்கும்போது மனைவியும், மனைவி இழுக்கும்போது கணவனும், இலகி கொடுத்தா போதும். இலகி கொடுக்கும் போது கயிற மொத்தமா இழுத்தா கணவனுக்கு மனைவி இல்ல,

மனைவிக்கு கணவன் இல்ல. இந்த மாதிரி சமயத்துல பிரிய முடிவெடுத்து பிரிஞ்சா அது தப்பும் இல்லை," என்று கூறி சுமித்ராவை பார்த்து புன்னகைத்தாள் அமராவதி. சுமித்ராவும் ஒரு நிம்மதி பெரும் மூச்சுவிட்டு மற்றும் மூவரையும் பார்த்து புன்னகைத்தாள்.

நால்வருக்குமே வாழ்க்கை ஒவ்வொரு வகையில் பாடம் புகட்டி உள்ளது. 12 ஆண்டுகளுக்கு முன் இருந்த குமரிகள், வாழ்க்கை தந்த அற்புத பாடத்தை கற்று நிறைய அனுபவங்களை சுமந்தபடியே பயணித்து இங்கு வந்து சங்கமம் ஆகியுள்ளனர்.

36

எப்போதும் யாருக்காகவும் இது காத்திருக்காது இதுவே நம்மை தினமும் ஓடச் செய்யும். இதுவே நம்மை தளர்வடையயவும் செய்யும். அதுவே நேரம்.

ஓடிக்கொண்டே இருக்கும் யாருக்காகவும் ஒரு நொடி கூட காத்திருக்காது. ஆனால் மனதிற்கு சந்தோஷமாக நிம்மதியாக தோன்றும் நேரங்களில் சட்டென்று ஓடிப் போகும். சங்கடங்கள் சூழ்ந்த சோகமான நேரங்கள் நகர்வதே கடினம் என்றெல்லாம் நம் மனதிற்கு தோன்றும். ஆனால் உண்மை நம் மனதிற்கே தெரியும். நேரம் சரியாகத்தான் செல்கிறது. நாம் கால மாற்றங்களை எவ்வாறு எடுத்துக் கொள்கிறோம் என்பது மாறுபடுகிறது.

சனிக்கிழமை காலை தொடங்கிய பயணம். நர்மதா, சிந்து, சுமித்ரா மற்றும் அமராவதி நால்வரும் சிரித்து பேசி தங்கள் வாழ்க்கையில் தங்களுக்கென கிடைத்த அந்த பொன்னான நேரத்தை சந்தோஷமாக

செலவிட்டு, அடுத்த நாள் காலை தங்கள் இனிய பயணத்தின் நிறைவு பகுதிக்கு வந்தனர். ஒவ்வொருவர் மனதிலும் ஒவ்வொரு எண்ணம், சந்தோஷம், உவகை என எதிர்பாராத அந்த பயணம் நிறைவு பகுதியை நெருங்கியது. தங்களை தயார் படுத்திக் கொண்டு ஒருவரை ஒருவர் கட்டித் தழுவினர். ஆனந்த கண்ணீரோடு ஒருவரை ஒருவர் பார்த்து பெருமை கொண்டனர். 12 ஆண்டுகளாக வெளி அளவில் பிரிந்து வெவ்வேறு குடும்ப சூழ்நிலைகளில் சறுக்கி உயர்ந்து எழுந்தபோதும், மனதால் தான் எடுத்த செயலை வெற்றிகரமாக செய்து முடித்தே தீர வேண்டும் என்ற வைராக்கியம் கொண்டு, வெற்றி அடைந்த நால்வரும், அந்த வெற்றியை ருசிக்க சென்றனர்.

மைசூர் விமான நிலையம் வந்தடைந்த நால்வரும் வழக்கமான செக்கின் ப்ராசஸ்களை எல்லாம் முடித்துவிட்டு வெயிட்டிங் ஏரியாவில் காத்திருந்தனர். அவர்கள் நால்வரும் எதுவும் பேசிக்கொள்ளவில்லை. எதையும் பேச அவர்களது மனது

தயாராக இல்லை. படபடவென நான்கு இதயங்களும் துடித்துக் கொண்டிருந்தது கண்கள் அங்கேயும் இங்கேயுமாக எதையோ தேடியது.

மைசூரில் இருந்து சென்னைக்கு செல்லும் விமானம் வந்து சேர்ந்ததை ஒலிபெருக்கி மூலம் அறிவித்தனர். நால்வரின் இதயமும் வெளியே வந்து விழுந்து விடுவதை போல உணர்ந்தனர். நால்வருக்குமே வியர்த்து கொட்டியது. பதட்டத்தின் உச்சிக்கே போய் வந்தனர்.

அமராவதி தன்னை அமைதிப்படுத்திக் கொண்டு மற்ற மூவரையும் பார்த்து சிரித்தாள். அவர்களும் தங்களை அமைதிப்படுத்திக் கொண்டனர்.

"பேசஞ்சர்ஸ் டிராவலிங் ஃப்ரம் மைசூர் டு சென்னை ப்ளீஸ் கம் டு கேட் 2", என்று அழைப்பு வரவே நால்வரும் எழுந்து சென்றனர்.

ஒரு பேருந்து உதவியோடு தாங்கள் செல்லவிருக்கும் விமானத்தின் அருகே சென்றனர். கீழே இறங்கியவர்கள் மதிய வெயில்

ஆதலால் கண்களை சுருக்கியப்படியே எதையோ யாரையோ தேடினார்கள் போலும்.

ஏர் ஹோஸ்டஸ் அவர்களை உள்ளே அழைக்க அவர்களும் விமானத்தின் உள்ளே வந்து தங்கள் இருக்கைகளில் அமர்ந்தனர். விமானத்தில் சென்று பழகியவர்கள் தான் ஆனால் முதல் விமான பயணம் போல தோன்றியது அவர்களுக்கு. இது அவர்களது பயணத்தின் நிறைவு நாள், ஆனாலும் இப்பொழுதுதான் அவர்கள் பயணம் தொடங்குவதாக எண்ணினர்.

அனைவரும் ஒவ்வொருவராக விமான இருக்கைகளில் அமர்ந்தனர். சீட் பெல்ட் அணிவதன் பயன்கள் குறித்து ஏர் ஹோஸ்டஸ் விளக்கம் அளித்தார். விமானம் புறப்பட தயாரானது நால்வரும் சங்கிலி போல கைகளை பிணைத்து ஒருவரை ஒருவர் பார்த்து புன்னகைத்துக் கொண்டனர்.

"மூன்று... இரண்டு... ஒன்று...," என்று விமான புறப்பட தொடங்கும் சமயத்தில் நால்வரும் கூறி சத்தமாக சிரித்து கைகளை தட்டினர்.

அப்போது ஒளிபெருக்கியில்,

"அனைவருக்கும் வணக்கம்...", என்ற ஒரு பெண்ணின் குரல் கேட்டது. குரல் கேட்ட நொடியே அமராவதி மற்றும் மூவரையும் பார்த்து ஜாடை செய்தாள் நால்வரும் அமைதி காத்தனர்.

37

சரி, எல்லாம் இப்படியே இருக்கட்டும். இவர்கள் நால்வரும் இவர்களது துணைவர்களின் உதவியோடு செய்த செயல் தான் என்ன?

ஒரு பெண் குழந்தைக்கு கல்வி கொடுப்பது என்பது ஒரு வம்சத்தையே படிக்க வைத்ததற்கு சமம். கல்வி அழியாத செல்வம், அதை ஒரு பெண்ணுக்கு அளிக்கும்போது அதைவிட பெரிய செல்வம் எதுவுமே அவளுக்கு அழகு சேர்க்காது. உண்மையான அழகு அகத்தை சேரும். அந்த அகம் கல்வியினால் சுத்தமாகி பொலிவு பெறும்.

நர்மதா, சிந்து, சுமித்ரா மற்றும் அமராவதி நால்வரும் இணைந்து மாதாமாதம் அம்முவிற்கு ஒரு சிறிய தொகையை இளங்கலை பட்டப்படிப்பு முடிந்ததிலிருந்து இன்று வரை 12 ஆண்டுகளாக கொடுத்து வருகின்றனர். அது அம்முவின் வங்கி கணக்கில் சேர்ந்து வருகிறது.

'அம்மு' பெயர் குறிப்பிடப்படாத இந்த பெண் குழந்தை தன் தாய் தந்தை இருவரையும் இழந்து நிற்கதாய் நின்ற சமயத்தில் அவள் கனவுகளுக்கு ஒளி ஊட்டியது இந்த நால்வரும்தான். தனக்கு உறுதுணையாக இருப்பவர்களை எந்த காலத்திலும் தவற விடக்கூடாது என்று உறுதி கொண்டு ஆசிரமத்தில் இருந்த பள்ளியில் அவளுக்கு கொடுக்கப்பட்ட கல்வி போதனைகளை நன்கு கற்றுக் கொண்டாள். இரவு பகல் பாராது படித்து அயராது உழைத்து தன்னுடைய பத்தாம் வகுப்பில் நன் மதிப்பெண் பெற்றாள்.

அவள் பெற்ற மதிப்பெண்ணுக்கு அவளை ஊக்குவிக்க கர்நாடக மாநிலத்தின் சார்பாக கல்வி ஊக்கத் தொகையும் வழங்கப்பட்டது. முதல் அடியில் வெற்றியை ருசித்த அம்மு மேலும் மேலும் வெற்றியை ருசிக்க தன்னைத்தானே ஊக்குவித்துக் கொண்டாள். தன்னுடைய 12 ஆம் வகுப்பிலும் நல்ல மதிப்பெண் பெற்று தன் பள்ளி கல்வியை வெற்றிகரமாக நிறைவு செய்தாள். அவள் எடுத்த மதிப்பெண்களுக்கு ஒன்றுக்கும்

மேற்பட்ட கல்லூரிகளில் ஸ்காலர்ஷிப் மூலம் மேற்படிப்பு படிக்க அவளுக்கு அழைப்பு வந்தது.

தன்னுடைய குறிக்கோள் இன்னது என்று ஒரு முடிவு எடுத்து அந்த முடிவினை அமராவதி இடமும் ராஜிடமும் கூறினாள். மிகுந்த ஆனந்தம் கொண்டனர் இருவரும். முன்பு கூறியது போலவே அவள் ஆசைகளுக்கும் கனவுகளுக்கும் ஊன்றுகோலாக ராஜும் அமராவதியும் உதவ தயாராக இருந்தனர். நர்மதா, சிந்து மற்றும் சுமித்ரா தங்கள் பங்காக மாதம் ஒரு சிறிய தொகையை அம்முவின் வங்கி கணக்கில் சேர்த்துக் கொண்டே வந்தனர்.

கனவு, லட்சியம், குறிக்கோள் அதற்கு ஏற்ற உழைப்பு என அனைத்தும் அம்முவிற்கு சாதகமான தென்றலாக வீச சிறகுகள் முளைத்து குமரிப்பெண் பறக்க தயாரானாள்.

தன் தாயை கண்டதில்லை,

"அம்மா, அந்த ஆகாசத்துல ஸ்கை ச:பாரி போயிருக்காங்க,"

என்று அம்மு ஒரு நாள் நம் தோழிகளிடம் கூறினாள்.

தன் தந்தை எதிர்பாராத விதமாக தவறினார்,

"அப்பா உனக்கு அந்த ஆகாசம் வரைக்கும் போற வண்டி வாங்க போயிருக்காரு,"

என்று அமராவதி ஒருநாள் அம்முவிடம் கூறி அவளை சமாதானம் செய்தாள்.

காலம் கனிந்தது அம்மு பறக்க தயாரானாள். ஆகாசம் வரை செல்லும் வண்டியும் வந்தது.

'அம்மு' சிறு குழந்தை என நம் நினைவுகளில் சுற்றித்திரிந்தவள். ஆகாசம் வரை பறந்து செல்ல வேண்டுமென்ற கனவுகளை மட்டுமே சுமந்து கொண்டு வளர்ந்த குழந்தை. இன்று ஒரு 'பைலட்,' 'விமானி.' ஏவியேஷன் பிரிவில் இளங்கலை பட்டம் பெற்று, கமர்ஷியல் பைலட் லைசன்ஸ் உடன் இன்று தன் விமான பயணம் மூலம் முதன் முதலில் பயணிகளை உடனழைத்து செல்கிறாள்.

தன் முதல் விமான பயணத்தில் தன்னை உயர்த்தி விட்டவர்களையும், தனக்கு சிறகாய் இருந்தவர்களையும் உடன் அழைத்துச் செல்ல விரும்பியே, நம் நான்கு தோழிகளுக்கும் அழைப்பு விடுத்தாள். அவர்களும் அவளுடன் சேர்ந்து இந்த சந்தோஷத்தை கொண்டாடினர். அப்போதுதான் ஒலிபெருக்கியின் மூலம் அம்மு பேசத் தொடங்கினாள்.

"அனைவருக்கும் வணக்கம். இந்த பயணம் உங்கள் அனைவருக்கும் இனிமையானதாக அமையும்.

நான் இந்த விமான பயணத்தில் உங்களுடைய சில நிமிடங்களை எனதாக்கிக் கொள்ள ஆசைப்படுகிறேன். இது என் முதல் விமான பயணம். ஆம், பயணியர் பயணிக்கும் விமானத்தை இன்றுதான் நான் முதன் முதலில் கையாளுகிறேன். எனக்கு இன்று சிறகுகள் முளைத்ததாகவே நான் கருதுகிறேன்.

இவ்வாறான ஒரு பயணத்தை மேற்கொள்வேனா? என்பது ஒருநாள்

எனக்கு கனவாக தான் இருந்தது. அவர்களை சந்திக்கும் வரை.

யார் அவர்கள்? எதற்காக என்னை இவ்வளவு ஊக்குவித்தார்கள்? எனக்கு தெரியவில்லை. அவர்கள் யார்? என் உடன்பிறவா சகோதரிகளா? இல்லை. என்னை பெற்றெடுக்காத தாய்மார்களா? இல்லை.

அன்று நான் அவர்களை சந்தித்தேன். அவர்களின் சிரிப்பு சத்தத்தை கேட்டு, அவர்களிடம் சென்றேன். என்னுடன் ஆசையாய் விளையாடினர். என்னை தூக்கிப் பிடித்து வானில் பறக்க செய்ய முயற்சித்தனர். அன்று நான் நினைக்கவில்லை ஒரு நாள் இது நிஜமாகும் என்று.

என்னை ஒவ்வொரு முறை சந்தித்த போதும், 'உனக்கு எட்டிய தூரம் பறந்து செல்' என்றனர். வெவ்வேறு குடும்ப சூழ்நிலையால் ஒவ்வொரு நாளும் நகர, என்னை ஒரு நாளும் அவர்கள் மறக்கவே இல்லை. என் பெயரைக் கூட அவர்கள் கேட்டது கிடையாது. இவர்களுக்கு நான் என்ன கைமாறு செய்யப் போகிறேன்.

இவர்களை என் ரோல் மாடலாக எடுத்துக் கொள்வேன். என்னைப் போன்றே ஆதரவில்லாமல் இருக்கும் ஒரு குழந்தைக்கு உதவி, அவள் கல்வி கற்று ஒரு நிலையான வாழ்க்கையை அடையும் வரை அவளுக்கு நான் ஊன்றுகோலாக இருப்பேன். அவர்கள் தொடங்கி வைத்ததை நான் தொடர்வேன். இதுவே அவர்களுக்கு நான் செய்யும் நன்றி கடனாக இருக்கும்.

பிரதிபலன் பார்க்காமல் என்னை இந்த நிலையில் அமரவைத்த வைத்த என் அன்பு சகோதரிகள், சி1, சி2, சி3, சி4 இருக்கைகளில் கண்களில் கண்ணீரோடு அமர்ந்திருப்பார்.

நர்மதா, சிந்து, சுமித்ரா மற்றும் அமராவதி அவர்கள் குடும்ப உறுப்பினர்களின் தோழமையோடு எனக்கு கல்வியை வழங்கி, எனக்கு சிறகுகள் கொடுத்து என்னை பறக்க செய்த வற்றாத நதிகள். இவர்கள் நால்வரும் இணைந்த சங்கமத்தில் என் முதல் விமானி பயணம் இருக்க வேண்டும் என்று ஆசை கொண்டேன்.

நன்றி, என்ற ஒரு வார்த்தை கூட உங்களிடம் கூற சிறியதாக தோன்றுகிறது, அக்கா.

நீங்கள் நால்வரும் இணைந்து உருவாக்கியது என்னை தான், உங்கள் நால்வரின் கனவும் நான் தான்.

அன்று உங்கள் நால்வரிடமும் ஒரு கேள்வி கேட்டேனே ஞாபகம் இருக்கிறதா?

தண்ணீரை சேர்த்து வைத்து மேகம் மழையை பொழியும்...

மழையினால் ஏரி, குளம் எல்லாம் நிறையும்...

நதிகள் எல்லாம் பெருக்கெடுத்து ஓடும்...

அருவி எல்லாம் பொங்கி வரும்...

இந்த தண்ணீர் எல்லாம் எங்கே போய் சேரும்?

இந்த கேள்விக்கும் நான் முன்பு சொன்ன வாக்கியத்துக்கும் ஒரே பதில் தான். அதுவே என் பெயர்.

என் பெயர் சமுத்ரா உங்களின் இன்றைய பயணத்தின் விமானி."

www.ingramcontent.com/pod-product-compliance
Lightning Source LLC
Chambersburg PA
CBHW031149160726
47991CB00004B/1598